सप्तपदी को तप्तपदी

TODAY'S MILLENNIAL MARRIAGES

लीना परांजपे

अनुक्रमणिका

आजची मिलेनिअल मॅरेजेस
सप्तपदी की
तप्तपदी ??
लीना परांजपे यांच्या केसस्टडीजवर आधारीत
नीलिमा देशपांडे यांनी शब्दांकन केलेल्या सत्यकथा.

आजची मिलेनिअल मॅरेजेस
सप्तपदी की तप्तपदी ??
©® लीना परांजपे & नीलिमा देशपांडे
©®: लीना परांजपे
Leennaparannjpe@gmail.com
https://www.leennaparannjpe.com/
9920637522

©® नीलिमा देशपांडे
neelima2002@gmail.com
https://www.blessedwriter.com/
7733025202
प्रथम आवृत्ती : 2 एप्रिल,22 गुढीपाडवा

प्रस्तावना.

"लग्नाच्या" गाठी स्वर्गात बांधल्या गेलेल्या असोत किंवा एकमेकांना पसंत करुन

कधी घरच्यांच्या संमतीने तर कधी विरोधात जाऊनही स्वतःच पसंत केलेल्या

असोत, त्या बांधल्याच जातात मुळी एकमेकांना साथ देण्यासाठी आणि एकमेकांच्या प्रेमाचा स्वीकार करुन!

"ए प्यार तेरी, पहली नजर को सलाम!" म्हणत लग्नाच्या मंडपाकडे जाणारे ते

दोघे आणि त्यांच्या सोबत आपण सारे अनेक सोहळ्यातून त्या 'वेडींग सेलिब्रेशनचा' एक भाग होतो. प्री वेडींग शूट ते डेस्टिनेशन वेडींग आणि साता

समुद्रापार असलेल्या ठिकाणी फिरुन आल्यावर सुरु होतो त्या जोडप्याचा संसार.

थोडक्यात आयुष्यातील पुढचा टप्पा, मॅरेज !

स्वप्नातले ढग जसजसे बाजूला सरतात तसे कधी कोवळे उन लागते आणि कधी

चटकेही बसतात. छोट्या मोठ्या कुरबूरी कधी झाल्या तरी गाडी रुळावर असल्याने कोणाला फारशी चिंता नसते आणि मग आपण आणखी एखाद्या नव्या

जोडीचा सुरु होणारा प्रवास बघायला आणि त्याही सोहळ्याचे साक्षीदार व्हायला या जोडीला सोडून किंवा सोबत घेऊन जातो.अशा वेग-वेगळ्या बांधल्या गेलेल्या लग्नाच्या अनेक गाठी आपण आजवर पाहिल्या असतीलच.यात

आणखी एक गंमत म्हणजे ही गाठ कुठे आणि कोणी बांधली ह्यावर ती किती

काळ घट्ट राहील की मधेच सैल पडेल आणि हळूच सुटेल, याचा नेम नसतो आणि

त्याचे भाकित कोणी सांगूही शकत नाही. लग्नाच्या नात्यात वेगळे काही जे घडते

त्याचा गाठ बांधलेल्या व्यक्ती, जागा, वेळ याच्याशी काहीही संबंध नसतो, जेंव्हा

हेच लग्न वेगळ्या वळणावर येऊन उभे राहते.

काय आहे, मी कितीही प्रस्तावना केली तरी हा विषय नीट उलगडून सांगितल्या

शिवाय समजणे थोडे अवघड जाईल.

लग्न झाले की, दोन व्यक्तींसोबत त्यांच्या घरातील इतर अनेक जणांबरोबरच

नातं, घरातले चालण्या बोलण्याचे वळण - शिस्त, संस्कृती, आचार-विचार,

नाती या सगळ्यांची देवाण घेवाणही सुरु होते. यात सगळ्याच गोष्टी बहूतांशी

भिन्न असल्याने, एकमेकांना समजून घेताना अपेक्षा वाढीस लागतात आणि सुरु

होते एक स्पर्धा आपल्याही नकळत ! कोण किती बदलू शकतं किंवा झुकतं याची !

नव्या नवलाईचे दिवस संपल्यानंतर हेच इन्स्टंट लग्न थोडं डळमळू लागतं.

हळूहळू सुरु होणारे वाद, भांडणं कधी संसाराचा पाया पोखरायला सुरुवात

करतात हे मात्र ह्या जोडप्याला कळत नाही. थोडक्यात संसार कसा सांभाळतात

हेच ह्या Millennial Couples ना माहीत नसतं आणि मग सोडून जाणं, वेगळं

राहणं,अगदी घटस्फोट घेणं हाच पर्याय समजून इन्स्टंट पाऊल उचलले जातं.

ह्यामध्ये ना लग्न चुकीचं आहे ना तुम्ही दोघे. त्या परिस्थितीत कसं

वागावं हे नक्की

तुम्हाला कळत नाहीये.अशा वेळी तुम्हा जोडप्यांना सावरण्याची, आधाराची

आणि सांभाळण्याचं टेक्निक शिकण्याची गरज भासते.

नातं टिकवण्यासाठी किंवा त्याहीपेक्षा ते एकमेकांच्या सोबत आनंदाने खुप छान

फुलवण्यासाठी मग त्या जोडप्याला गरज भासते ती एखाद्या 'एक्सपर्ट मॅरेज

कोच' ची!

तब्येत बिघडली की, आपल्या शारीरिक आजारात आपण निसंकोचपणे डॉक्टरची

मदत घेतो.आजकाल समजूतदार पणे कधी लागली तर आपल्या मानसिक

आरोग्यासाठीही ती मदत घ्यावी याचे महत्व अनेकांना आता पटलेले आहे, परंतू

दुर्दैवाने लग्न बंधनात एकत्र आलेले दोन जीव नंतर कायम आनंदात आणि सुखा

समाधानाने रहावेत यासाठी कधी गरज पडली तर मात्र, लोक या क्षेत्रातल्या

तज्ञांचा सल्ला घेताना दिसत नाहीत.लग्न वाचवण्यासाठी लागणारा पैसा मात्र

वाचवत मतभेद त्या विकोपाला गेल्यावर कामी न येणारे सुचवले गेलेले उपाय

करत दुरावलेली मने एकमेकांपासून कायमची दूर जाईपर्यंत वाट पाहणे चुकीचे ठरते असे मला वाटते.अशा परिस्थितीत पैसा वाचवायचा की लग्न? हा केविलवाणा प्रश्न आपल्या मनाची गरीबी दाखवून जातो.

लग्न लावून देण्यासाठी आणि एकमेकांशी नाहीच पटले तर वेगळे होण्यासाठी

खर्च करण्याची तयारी अनेकांकडून जशी ठेवली जाते, तशी ते

टिकवण्यासाठी

ठेवता आली आणि योग्य दिशेने प्रयत्न करता आले तर अनेक घरं आणि नाती

क्षुल्लक कारणांमुळे मोडण्यापासून वाचतील, तूटणार नाहीत आणि मग फक्त

बांधिलकी म्हणून अडकून राहण्यापेक्षा गमावलेल प्रेम आणि आनंद पुन्हा मिळवू

शकतील. अगदीच ओढून ताणून न जमणारे नाते न ठेवता खूप वेगळ्या वाटा

असलेले विचार जरी घ्यावे लागले तरी शांतपणे त्यांना हवा तो निर्णय घेता

यावा.तो निर्णय घेऊनही आयुष्यात त्या निर्णयाने खचून न जाता, परत हिमतीने

उभे राहता यावे, यासाठी पाऊल उचलण्यास मागे पाहू नये.

हे सगळे सुरळीत करण्यासाठी गरज आहे ती फक्त त्यांना कोणीतरी दिशा

दाखवून देण्याची, हात देण्याची आणि त्या दोघांनी मात्र कसोशीने ते लग्न

सांभाळणे शिकण्याची ! ते शिकण्याकरतां तुम्ही मला खाली दिल्याप्रकारे संपर्क

करु शकता.

लीना परांजपे

Millennial Marriage Coach
Leennaparannjpe@gmail.com
https://www.leennaparannjpe.com/
9920637522

नांदी, प्रस्तावना

आजची मिलेनिअल मॅरेजेस सप्तपदी की तप्तपदी?? हा कथासंग्रह वाचकांच्या

हाती सोपवताना खूप आनंद होत आहे.

विवाहित किंवा विवाह बंधनात एकत्र येऊ इच्छिणाऱ्या अनेक जोडप्यांशी लीनाजींनी साधलेला संवाद त्यांना लग्न टिकवण्यासाठी जसा मार्गदर्शक ठरत गेला तसा तो कथारुपात वाचणाऱ्याला किंवा ऐकणाऱ्याला त्यांच्यावर अशी वेळ येवू नये, जोडीदारासोबत मतभेद होऊ

नयेत किंवा कमीत कमी व्हावेत आणि कधी झाले तर त्यात एकमेकांची बाजू समजून घेत आपसातील प्रेम टिकवण्यासाठी, सतत ताजे ठेवण्यासाठी काय करावे याची कल्पना अगदी सहज देऊन जातील या पद्धतीने कथा गुंफण्याची मला पुर्ण मुभा दिली आणि मुळात त्यांचे अनुभव शब्दबद्ध करण्याची मोठी जबाबदारी देऊन लीना परांजपे

यांनी माझ्यावर दाखवलेला विश्वास सार्थ ठरत गेला याचं आम्हाला समाधान मिळालं.

केवळ कथा शब्दांकित करुन देण्यासाठी झालेली ओळख अगदी एक

दोन वेळा एकमेकींशी बोलताना व्यावसायिक नात्यातून वैयक्तिक पातळीवर चर्चा करुन कथेला अधिक चांगले रुप व न्याय कसा देता येईल यावर कल वाढत गेला. जोडप्यांबद्दल बोलताना व्यावसायिक नियम पाळत संदर्भ गुप्त रहावेत ही दखल त्या पुरेपूर घेत होत्या.हळूहळू ही मैत्री घट्ट होत गेली आणि या कामाला समाजाच्या हितासाठी लग्नातील प्रेमाचे गोड नाते टिकवण्यासाठी कथा लिहिण्याच्या निमित्ताने काही हातभार लावत खारीचा वाटा उचलला गेल्याचे मलाही मनोमन समाधान लाभले त्यासाठी लीना मॅडम व कथांना लाखो व्ह्यूज देत पसंती दर्शवलेल्या सगळ्या वाचकांचे आभार!

कथासंग्रह सत्यकथांवर आधारीत असल्याने त्यात नमुद केलेल्या अडचणी

किंवा उपाय ह्यात बदल न करता, स्थळ काळ, नावे असे गरजेचे बदल केवळ

करुन कथा लिहिल्या आहेत.

त्यामूळे हया कथांकडे "आमची मते वैयक्तिक मते किंवा विचार देणाऱ्या" अशा

दृष्टीकोनातून न पाहता जागरुकता म्हणून वाचल्यास त्या आपल्याला खूप

काही सांगून जातील हे निश्चीत!

नीलिमा देशपांडे

neelima2002@gmail.com

https://www.blessedwriter.com/

7733025202

1

तुझ्या माझ्या संसाराला आणि काय हवं?

पुण्याच्या एका मोठया IT कंपनीत नोकरी करणारा अतुल, आतुरतेने वाट

पाहत होता रेवा त्याच्या आयुष्यात येण्याची ! नाशिकच्या डिझायनर रेवा

आणि अतुलचा विवाह थोरांच्या आणि त्यांच्या स्वत:च्याही एकमेकांना

पसंत करण्याच्या सगळ्या फेऱ्या पूर्ण होऊन ठरला होते. मित्रांच्या

घोळक्यात वेढलेल्या अतुलला सगळे चिडवत होते. रमेश सर्वात जवळचा

मित्र असल्यामुळे सुरुवात त्यानेच केली,

"ठरले बुवा एकदाचे तुझे लग्न! आम्ही आपआपल्या पसंतीने मुली शोधून

लग्न करुन मोकळे होत असताना तू एकटाच ब्रह्मचारी राहून जातो

की काय असे वाटत होते. सगळ्या मैत्रिणी तर आमच्याशी जोड्या

लावून मोकळ्या झाल्या होत्या. तू जिथे मैत्रिणींनाही पटवले नाहीस,

तिथे आणखी कुणाच्या प्रेमात पडून तुझे लग्न वेळेवर होईल याची
शंकाच होती आम्हांला! तरी बरे, काका काकूंनी पुढाकार घेतला आणि
आमच्यासाठी वहिनी आणि तुझ्यासाठी 'रेवा' सारखी जोडीदार शोधली,
म्हणून परवा लग्न होणार तुझे!"

रमेशच्या जोडीला आणखी काही मित्रांनी त्याला वेगवेगळे सल्ले दिले
आणि सगळे, "उद्याच येतो आम्ही सगळे रहायला आणि मदतीला.

परवा तुझ्या लग्नात धमाल करायची आहे ना!" म्हणत त्याचा
निरोप

घेवून गेले. इकडे रेवाची आई नेहमी प्रमाणे लेकीला स्वतःचा आधार
देत होती, जो तिने आजवर अनेकदा दिला होता. रेवा तिच्या आईच्या
मनाच्या खूप जवळची होती. लहानपणापासून आईच्या बोलण्याचा
बराच

प्रभाव रेवाच्या मनावर होताच, पण आज तिला खास आधार वाटला
जेंव्हा आई म्हणाली,

"रेवा, एक गोष्ट लक्षात ठेव. तू तुझे करिअर, बुटिक आणि आम्हाला
सोडून आता नाशिकहून पुण्याला जात आहेस तरी तुझी मम्मी नेहमी
तुझ्यासोबत सावली सारखी आहे. कोणतीही तडजोड करायची किंवा
नको त्या ठिकाणी नमते घेण्याची गरज नाही. समोरचे आपल्याला
गृहीत

धरायला लागतात नाहीतर!"

एकिकडे अतुल खूप उत्कंठेने रेवाची वाट पाहत असताना, रेवा मात्र
आधीच लग्न म्हणजे काहीतरी ओव्हर डिमांडिंग किंवा तिच्या रूटीनला
बदलणारे होणार ह्या चिंतेत होती. एकमेकांशी बोलून, भेटून काही मन
मोकळे करावे असे करणे त्यांना शक्य झालेले नव्हते. लग्न होऊन रेवा
अतुलच्या घरी आली ती नव्या नवरीचे बुजरेपण घेऊन.एक दोन दिवस
पाहुणे आणि अनेक विधी करण्यात पूर्ण दिवस गेला त्यामुळे एका
घरात असले तरी अतुल आणि रेवा एकमेकांशी मोकळं बोलू शकले
नव्हते. अचानक पाचव्या दिवशी रेवाने बॅग भरली आणि ती नाशिकला
परतली ते परत न येण्याचा निर्णय घेऊन! ही गोष्ट अतुल आणि
घरातल्या सगळ्यांनाच खूप धक्कादायक होती. अचानक काय झाले

असावे ? हे एक मोठे कोडे सर्वांसमोर ठेवून रेवा गेली होती. अतुलने मन मोकळं करण्यासाठी मित्राला फोन केला,

"रमेश यार, हे काय होऊन बसलंय काहीच कळत नाही. रेवा माझा फोन उचलत नाही आणि तिची आई मला तिच्याशी बोलू आणि भेटूही देत नाही! काय अडचण आहे हे समजल्याशिवाय मी रेवाची समजूत तरी कशी काढू?"

रमेश समजूतदार होता. वरवर पाहता सगळं नीट भासत असले तरी काहीतरी चांगलंच बिनसले आहे हे कळून चुकल्याने तो अतुलला माझ्याकडे घेवून आला.माझ्याशी बोलताना अतुल जरा वैतागून म्हणाला,

"माझे नेमके काय चुकले हेच मला समजत नाही. मी आजवर कोणत्याही

मुलीशी रिलेशनशीपमधे नसल्याने माझ्या सगळ्या अपेक्षा माझ्या जोडीदाराला आकर्षित करण्यासाठी होत्या." मी समजून घेण्यासाठी अतुलला आणखी बोलतं केलं,

"अवघ्या पाच दिवसात रेवा नाराज होऊन गेली, तर जाण्याआधी काही बोलणे तरी झाले असेल ना?"

रमेशने यावर उत्तर देताच खरी अडचण लक्षात येत आहे असे वाटले.

"आम्हाला बोलायला वेळच मिळाला नाही. लग्नाआधी आणि नंतरही! घरात पाहुणे होते आणि ती सतत फोनवर होती. तिची आई तिला दर तासाला फोन करुन विचारत बसायची. आम्हाला खरतर दोन, तीन दिवस

आणि रात्री एकमेकांसाठी द्यायला देखील कमी वेळ मिळाला इतके फोन सुरु असायचे तिचे"

एकेक कडी उलगडत गेली आणि शेवटी रेवा देखील एकटी, तिची बाजू मांडायला मला भेटायला तयार झाली, जेणेकरून पुढचे निर्णय घेणे सोपे झाले.

"आम्ही दोघेही एकमेकांसाठी अगदीच नवे होतो त्यामूळे आधी आमच्यात एक छान बॉण्ड तयार होईल आणि मग आम्ही पुढच्या पायरीवर जाऊ असे मला वाटले होते पण अतुलची सगळ्याच बाबतीत

घाई मला थोडी त्रासदायक झाली. माझी आई मला सतत ज्याप्रमाणे चौकशी करत होती त्यावरुन मला कुठेतरी माझ्या मनाचा विचार आताच होत नाही तर भविष्यात काय होईल अशी भिती वाटली आणि मी माहेरी गेले."

अतुल आणि रेवा दोघेही लग्न टिकवून ठेवण्यासाठी धडपड करायला तयार होते आणि मुळात त्यांच्यात फक्त गैरसमज झाला होता तो त्यांना एकत्रितपणे समजावून सोडवण्याचा प्रयत्न सफल झाला. रेवाच्या

आईला देखील आता अतुल आणि रेवाला त्यांचा वेळ मिळू देण्याची गरज आहे हे पटले आणि एक संसार सुखाचा सुरु झाला.

2

भातुकलीच्या खेळामधली...!

भातुकलीच्या खेळामधली, राजा आणिक राणी... अर्ध्यावरती डाव मोडला

अधुरी एक कहाणी...

"सोहन किती वेळा सांगितले तुला की हे गाणे लावत जावू नकोस.

मला माझ्या आधीच्या लग्नातल्या सगळ्या आठवणी विसरुन जायच्या

आहेत.ह्या गाण्याने त्या आठवणी जाग्या होतात माझ्या आणि

तुझ्याही! तूही आता तुला सोडून गेलेल्या बायकोचा विचार करणे बंद कर आणि आपल्या आयुष्याला आता वेगळ्या टप्प्यावर नेण्याचा विचार मनावर घे!"

डॉक्टर सोहनची नवी जोडीदार सरिता, त्याला समजावण्याचा प्रयत्न करत होती. रेडिओलॉजिस्ट सरिता आणि डॉक्टर सोहन यांनी ठरवून आणि विचार करुन एकमेकांशी दुसरे लग्न तर केले होते पण ते दोघे अजूनही त्यांच्या आधीच्या जोडीदारासोबत त्यांनी घालवलेले क्षण विसरले नव्हते. पूर्वी ज्या गोष्टींचा त्यांना त्रास झाला होता,तशाच काही साम्य असलेल्या घटना नव्याने झाल्या की दोघेही अस्वस्थ होत. जुन्या काही चांगल्या आठवणी देखील त्यांना विसरणे कठीण वाटत

असल्याने, त्यांच्यात नवे वाद निर्माण झाले होते कारण त्या चांगल्या सवयी त्यांच्या आधीच्या जोडीदारात होत्या. स्वत:च्या नव्या जोडीदारात

त्या आवडत्या सवयी असाव्यात अशी अपेक्षा करून ते नाराज रहात होते.

"सरिता, मी माझा अंतीम निर्णय तुला संगितलेला आहे. मी अजून त्या मानसिक धक्क्यातून सावरलो नाही आणि नंतरही मला कधी आपले मुल नकोच आहे." सोहनने हे सांगितल्यावर त्यातून सावरायला वेळ मिळणे गरजेचे होते.

एकिकडे नव्या नात्यात दोघे जुळवून घेण्याचा प्रयत्न करत असताना, सोहनच्या आईच्या सुनेकडून असलेल्या अपेक्षा कमी होत नव्हत्या. सोहनच्या वडिलांच्या माघारी त्यांचा मानसिक आधार बनलेल्या मुलाकडून म्हणजे सोहनकडून आणि सुनेकडून त्यांच्या काही अपेक्षा होत्या. आर्थिकदृष्ट्या ते अतिशय समृद्ध असले तरी घर म्हणून एकाच घरातले तीन लोक तीन दिशांना जीवन जगत होते.

"मला वाटते की आपण दोघे आधी काही विषयांवर तरी एकमत होण्याचा प्रयत्न करूत.तुझी जशी माझ्याकडून अपेक्षा आहे तशाच माझ्या आईच्या आणि माझ्या काही इच्छा, अपेक्षा आहेत तुझ्याकडून.त्या तुला समजेपर्यंत, वाद वाढण्यापेक्षा मी वेगळ्या बेडरूममधे शिफ्ट होतोय."

रागात सोहन बोलत असताना सरिताने देखील त्याला त्यादिवशी उत्तर दिले.

"ठीक आहे,मी सुद्धा माझ्या करीअरमधे पुढे जाण्यासाठी धडपड करत आहे आणि त्यासाठी मला मानसिक शांतता हवी आहे त्यामूळे आपण शांत राहूत."

यातून दोघांना शांतपणे विचार करायला वेळ मिळेल आणि ते भांडण विसरुन एक होतील असे त्या दोघांना आणि डॉक्टर सोहनच्या आईलाही वाटले होते.पण प्रत्यक्षात मात्र ह्या गोष्टीने जरा वेगळे वळण घ्यायला सुरुवात केली.डॉक्टर सोहन दिवसेंदिवस त्याच्या

कामापेक्षा व्यसनात जास्त अडकला आणि सरिता जास्तच एकटी पडत गेली. तिच्या कामात तिचे लक्ष नसल्याने तिच्या चुका होऊ शकतील हे लक्षात आल्यावर तिने या बाबतीत त्यांच्या लग्नाला एक आनंदी रुप देण्यात मदत करतील अशा कोचचा शोध घ्यायला सुरुवात केली व माझी भेट घेतली.

"नवरा बायको यांच्यात संवादच नसेल तर कितीही प्रयत्न केले तरी हवे तसे बदल दिसायला वेळ लागतो.त्यामूळे सोहनच्या आई हा तुमच्या मधील चांगला दुवा बनू शकतील जर आधी तू सोहनपेक्षा त्याच्या आईचे मन जिंकू शकलीस तर!" एक कोच म्हणून मी अचूक मुद्द्यावर बोट ठेवताच सरितालाही ते पटले.

"तुम्ही सांगत आहात ते मला पटले आहे आणि मी मनापासून त्याचा आईला खुश ठेवण्याचा प्रयत्न करेल"

असे सांगून सरिताने पुढचे सेशन बुक केले आणि ठरल्यादिवशी खुश होत माझ्याघरी आली देखील.

"मी अनेक छोट्या गोष्टी करायला सुरुवात केली आहे. जमेल तेंव्हा मी साडी नेसते आणि डोक्यावर पदर घेते हे सासूला खूप आवडले. देवाची पूजा असो वा सण वार असला की मोठ्यांच्या पाया पडते. शक्य तेंव्हा मी घरात असताना खासकरुन काही वेगळे करण्याचा किंवा त्यांच्याशी बोलण्याचा प्रयन्त करते याचा परिणाम म्हणजे सोहनही प्रयन्तपूर्वक स्वतःला व्यसनातून बाहेर काढायचा प्रयत्न करत आहे. त्याची आईतर माझ्यावर खूप खुश आहे आणि त्यांनी आम्हाला एकत्रही आणले. पण अजुनही सोहन पुर्ण बदलला नाही, त्यामूळे परत लवकर भेटू"

असे मला सांगून सरिता घरी गेली आणि सासूशी मोकळेपणाने तिने बोलायचा प्रयत्न केला.

"मी ह्या घरासाठी, सोहनसाठी आणि तुमच्यासाठी स्वतःमधे आजवर अनेक बदल केले.त्याला त्याच्या व्यसनातून दूर करताना त्याने अनेकदा दिलेला मनस्ताप आणि माझ्यावर उगारलेला हातही सहन केला. पण तो त्याचा हट्ट सोडायला तयार नाही. त्यामूळे आता मीच काही दिवस वेगळे राहण्याचा विचार करत आहे. मला निदान तुम्ही तरी समजून घ्याल अशी आशा आहे."

हे सांगून सरिता एका हॉस्टेलमधे रहायला गेली. एकंदरीत मधल्या काळात सरिताने नाते टिकवण्यासाठी केलेले प्रयत्न सोहन आणि त्याची आई यांच्या मनात सरिताची नवी प्रतिमा उभारून गेलेले होते,

त्यामूळे महिनाभरातच सोहन सरितेला घरी आणायला हॉस्टेलमधे गेला.

"मला तुझा निर्णय मान्य आहे. आता माझी देखील मानसिक तयारी झाली आहे आणि आपण एकमेकांना समजून घेवू शकतो हा विश्वास तू निर्माण करुन दिला त्यामूळे आता आपल्या दोघांच्या इच्छेप्रमाणे आपण तुझी परीक्षा झाली की फिरायला जावून येवू!"

अशी ग्वाही देत सोहन, तिला घरी घेवून आला. आज एका बाळाचे आई वडील असलेले सोहन आणि सरिता सुखाने एकत्र नांदत आहेत.

सोहनने, सरिताची परीक्षा असो वा बाळाला सांभाळणे, सगळ्यात साथ दिली जी एक जोडीदार म्हणून, प्रेमाने दिली जाते.

नव्या नात्याची सुरुवात करताना, जुने कटू अनुभव विसरता आले पाहिजेत.जुळवून घेण्याचा खरा प्रयत्न केला की अगदी तुटायला आलेले नातेही पुन्हा नीट जुळवता येते, हे त्या दोघांनी दाखवून दिले.

3

काही बोलायचे आहे पण....

"अरे अचानक काय झाले तुला रागिणी? आजकाल हे नेहमीचे झाले आहे तुझे. आपण सगळे बोलत बसलेले असतो आणि तू अचानक अशी मधेच निघून येतेस आपल्या रूममधे !आताही मीच बोलतो आहे. तुला काही सांगायचे असेल तर बोल ना घडाघडा, आम्ही बोलतो तसे. निर्णय झाला की पुन्हा तुझी भूणभुण राहते, माझे मत वेगळे होते म्हणून! आता तरी बोलणार का? की आम्ही ठरवून टाकू?"

"सुधीर तुम्ही सगळे काय ठरवायचं ते ठरवा. मी माझ्या बेटूसोबत रूममधेच ठीक आहे."

काहीसे हिरमुसले होत रागिणीने तिच्या आवडीचे गाणे लावले,जे ती आजकाल अनेकदा ऐकायची.

"काही बोलायचे आहे पण बोलणार नाही.देवळाच्या दारामधे भक्ती तोलणार नाही. माझ्या अंतरात गंध कल्पकुसुमांचा दाटे पण पाकळी तयाची कधी फुलणार नाही...."

"रागिणी, हे गाणे लावून काय सांगू इच्छीतेस तू? याचा अर्थ तुला आजही जे मी आणि आई बाबा बोलत होतो ते पटलेले नाही हे उघडपणे कळतय !जे मित्र मैत्रिणी आपल्या दोघांना लग्नाआधी सतत एकत्र पाहून लव्हबर्ड्स म्हणून चिडवायचे ते आता 'An apple a day, keeps a doctor away!' म्हणायला लागलेत. एक डेंटिस्ट म्हणून तू

आणि एमडी म्हणून मी किती स्वप्न पाहिली होती आठवत नाही का? आता करिअर तर सोड पण घरात देखील आपण एकमेकांशी बोलणे कमी केले आहे."

रागिणी सगळं निमुटपणे ऐकून घेत होती पण बोलत नव्हती. सुधीर वैतागून बाहेर निघून गेला आणि आणखी एकदा रागिणी मनातल्या गोष्टी बोलू शकली नाही. लग्नानंतर वर्षभराच्या अनुभवाने तिला एकटेपणा जाणवत असताना लेकिचा जन्म झाला आणि मग तिची मुलगी तिचे सारे विश्व बनली. रागिणी त्यामूळे तिच्या बाबतीत खूप पझेसिव्ह झाली होती.सुधीर सोबत वाद वाढत गेले आणि शेवटी ती लेकिला घेऊन कायमची माहेरी गेली.

काय आणि कशामुळे गोष्टी या थराला गेल्या हे सुधीरला किंवा त्याच्या आई वडिलांना उमजत नव्हते. नकळत काहीतरी मनात चुकीचे पेरले गेले आणि ते साठले असावे ज्याचा हा परिणाम आहे, इतपत कळण्याइतके ते समजदार होते. जे पेराल ते उगवते ही म्हण, शेतात पेरलेल्या बियाणा सारखीच मनात शिरलेल्या छोट्या बाबींनाही लागू पडते. काही वेळा आपण स्वतः काही पेरले नसले तरी आपोआप पिकासोबत उगवलेले गाजरगवत, शहाणा शेतकरी जसा काढून टाकतो तसे रागिणीच्या मनात झालेले गैरसमज दूर कसे करायचे हे समजण्यासाठी सुधीर मला भेटला.

"रागिणीला परत आणण्यासाठी मला तुमची मदत हवी आहे. मी माझ्या

पालकांचा एकुलता एक मुलगा आहे.आई बाबा डॉक्टर असल्यामूळे लहानपणापासून मला त्यांच्या माघारी अनेक निर्णय एकट्याने घेण्याची

सवय लागली. आम्ही सगळे खूप बोलके आहोत. रागिणी एकटीच आमच्यात शांत आणि कमी बोलणारी. काहीसा अबोल असा तिचा स्वभाव मला आवडायचा आणि माहित होता त्यामूळे मला सुरुवातीला वाटले की, तिला आमच्या गप्पा ऐकणे आवडते. नंतर अचानक ती

एकदा म्हणाली की तुम्ही सगळं ठरवून टाकता, मला संधीच मिळत नाही आणि मग हा वाद हळूहळू वाढत गेला. तो इतका विकोपाला जाईल याची कल्पना नव्हती आणि आता काय करू ते कळत नाही."
सुधीरने माझे काही सेशन्स घेतले आणि दरवेळी त्याला त्याचा फायदा होत गेला. खूप प्रयत्न करून त्याने पुन्हा एकदा रागिणीचे मन आणि विश्वास जिंकून तिला घरी परत आणले. खूप खुश होत ते दोघे स्वत: माझ्याशी बोलले आणि मनापासून त्यांनी आभार व्यक्त केले. त्यांच्या एकत्र येण्याचा आनंद मलाही झाला होता. शुभेच्छा देताना मी म्हणाले, "ही तूम्हा दोघांची दुनिया आहे. ती तुम्हीच सावरायची. सुधीर तुला आणि

तुझ्या पालकांना जसं पटकन व्यक्त होता येत, तसं रागिणीच्या बाबतीत नाही हे तू आता समजून घेतलं आणि गोष्टी सुरळीत व्हायला सुरवात झाली. ती इमोशनल आहे. वाद झाला की त्यावर समाधान कारक उत्तर मिळेपर्यंत ती गोष्ट तिच्या मनात राहते, जे ती बोलूनही दाखवत नाही. काही जणांना व्यक्त व्हायला आणि स्वत:चे मत पटकन द्यायला जमत नाही. तुम्ही तिघे घरात, एका गटात

     असल्यासारखं झालं होत. रागिणी एकटी पडत गेली.यानंतर एकमेकांना

समजून घेताना तिलाही तिचे मत आहे जे, ती उशिरा का होईना, हळूहळू व्यक्त करेल ह्याची काळजी तुम्ही घ्याल ही खात्री आहे मला. आताच तू तिचे ऐकण्यासाठी वेळ दिला आणि तिचे मन जिंकलेस. खूप काही नको असतं नात जपायला, जर एकमेकांना समजून घेताना मनापासून वेळ दिला आणि प्रयन्त केला तर!"
ही गोष्ट कायमची लक्षात ठेवत, सुधीर आणि रागिणी आता त्यांची मुलगी आणि सुधीरच्या पालकांसोबत आनंदात जगत आहेत.

4

तू असा जवळी रहा!

शुक्रतारा मंदवारा चांदणे पाण्यातूनी चंद्र आहे स्वप्न वाहे धुंद या गाण्यातूनी

आज तू डोळ्यात माझ्या मिसळूनी डोळे पहा...तू असा जवळी रहा......

"हॅलो मॅडम, आज अगदी ठरवून मी छान तयार झाले आणि प्रयत्न पूर्वक

सुरजच लक्ष वेधून घेण्यासाठी चक्क सूचक वाटेल असं, वर तुम्हाला

सांगितलेलं गाणं देखील म्हटलं पण काही परिणाम झाला नाही त्याच्यावर. तो

सरळ पाण्याची बाटली घेवून किचनमधे जसा आला होता तसा परत त्याच्या

रुममधे निघून गेला. मला वाटतेय की, तो जरा जास्तच दुखावला गेला आहे.

त्यामूळे मला खूप मेहनत घ्यावी लागणार आहे !"

"हरकत नाही रीना, वेळ गेला तरी धीर सोडू नकोस आणि प्रयन्त करणेही!

मुळात तू अगदी प्रॅक्टिकल विचार करणारी मुलगी आहेस आणि सुरज इमोशनल! त्यातून तो शब्द न शब्द तोलून, मापून बोलतो. त्याच्यासाठी त्यामागचा टोन आणि त्यामूळे बदलणारे अर्थ हे सगळं खूप महत्वाचं आहे. तू

बोलताना अगदी सहज बोलतेस पण त्याचा परिणाम सुरजवर होतो.
त्याच्यासाठी त्याची फॅमिली महत्वाची आहे. मला वाटते आपण तुझ्या
कम्युनिकेशन स्किल वर आधी काम करू. तुला जे म्हणायचं आहे तोच
भाव

समोरच्या पर्यंत पोहचणे गरजेचे आहे. इतका बदल जर तू स्वतःमधे
करू

शकलीस तर आयुष्यात पुढे अनेक चांगले बदल सहज घडत जातील."
रीनाला माझे म्हणणे पटले आणि तिने सुरजला तिच्यापासून कायमचे
वेगळं

होण्याच्या त्याच्या मनात आलेल्या विचारांपासून दूर करण्यासाठी
प्रयत्न सुरु

ठेवले. सुरुवाती पासून सगळ्या घटना ती आठवत गेली आणि कुठे
सुधारणा

होऊ शकली नाही आणि वाद वाढले ते नमुद करून ठेवू लागली.तिला
पहिला

संवाद आठवला.
"सॉरी सुरज आपल्या लग्नाला अवघे सहाच महीने झालेत आणि मला
एका

प्रोजेक्टच्या निमीताने जर्मनीला जाण्याची संधी मिळते आहे जावे की
नाही?

काय करावे? सुचत नाही!"
"त्यात न सुचण्यासारखे काय आहे. तू बिनधास्त जा. दोन वर्षांचा तर
प्रश्न

आहे. आपण रोज स्काइपवर बोलू, मग नाही फार अंतर जाणवणार.
अशी संधी

वारंवार चालून येत नाही. आम्ही सगळे तुला मदत आणि चिअर दोन्ही
करू."

सुरज आणि रीनाने समजूतदारपणे निर्णय घेतला. रीना जर्मनीला गेली
देखील पण अधून मधून इतक्या दूर राहूनही एकमेकांबद्दल ओढ
वाटण्या

पेक्षा त्यांच्यात खटकेच जास्त उडत होते. बोलता बोलता दोन वर्षे पूर्ण झाली,

पण वाद निवळले नाही.

"मी किती वेळा तुला मेसेज केला सुरज! कॉल लावले पण तू रिस्पॉन्स देत

नाहीस. माझा हा प्रोजेक्ट संपलाय आणि मी भारतात येण्यासाठी उद्या इथून

निघते आहे. खुश व्हायचे सोडून तू काय लहान सहान गोष्टी मनाला लावून

घेत अबोला धरतोस?"

"तुला या गोष्टी लहान वाटत असल्या तरी मला शब्द बोचतात. चुकीचा टोन

किंवा शब्द वापरून तू विसरतेस. काही साध्या गोष्टी तुला पटत नसल्यातरी

मला किंवा माझ्या घरच्यांना बरं वाटावं यासाठी तू त्या करू शकते ना? आता

तू येतच आहेस तेंव्हा आपण समोरासमोर बोलू!"

रीनाला हे सारे आठवून गेले आणि तिला सुरजने ती भारतात आल्यावर थोड्याच दिवसात माहेरी का पाठवून दिले हे उमजलं. ते दोघेही त्यांच्या स्वभावानुसार वागत होते आणि ते त्यांना योग्य वाटत होतं त्यांमूळे कोणीही

माघार घ्यायला तयार नव्हते. शेवटी सहा महिने ते दोघेच एका वेगळ्या फ्लॅटमध्ये एकत्र राहून भांडण मिटवू शकले नाही तर वेगळे होण्याच्या निर्णयाकडे वळणार होते. त्याआधीच स्वत:च्या प्रयत्नांना योग्य दिशा मिळावी याकरता रीनाने माझी मदत घेतली होती.

प्रचंड इच्छाशक्ती, पुन्हा सारे सुरळीत करण्यासाठी मनापासून प्रयत्न करण्याची तयारी, चिकाटी या सगळ्याच्या बळावर धीराने तोंड देत तिने शेवटी सुरजचे मन जिंकले. एकाच घरात राहून जो सुरज तिच्याशी एकही

शब्द बोलत नव्हता किंवा वळून पहात नव्हता तो तिला आता कायमचे

सोबत

ठेवत त्याच्या आयुष्यात त्याला करायच्या सगळ्या गोष्टीत सहभागी करुन

घेत होता.

"थँक यू वेरी मच मॅडम! आज खास तुम्हाला मी आनंदाची बातमी द्यायला

फोन केला आहे. तुमच्या मदतींने आता मी आणि सुरज एकमेकांसोबत सुखी

आहोत. लॉकडाऊन काळात सुरजची नोकरी गेली पण माझे IT field असल्याने

घरुन काम चालू होते. घरची आर्थिक परिस्थिती सुद्धा चांगली आहे त्यामूळे

आम्हाला अडचण आली नाही. आम्ही लवकरच आता कॅनडाला शिफ्ट होतोय.

सूरजच्या मनात त्याचा स्वतःचा फूड बिझ़नेस सुरु करण्याची कल्पना आहे.

त्याचे अनेक मित्रही आहेत तिथे. हे सगळं आम्ही दोघांनी आपसात अगदी

शांतपणे बोलून ठरवले याचा मला आनंद आहे. स्वतःमधे आम्ही दोघांनी केलेले छोटे छोटे बदल देखील आम्हाला सुखावून गेले."

सेशन्स संपले तरी, रीनाने जाण्यापूर्वी आठवणीने केलेला फोन,त्यांच्या सुखी

आयुष्याकडे त्यांनी पाऊल उचलल्याची पुन्हा एकदा ग्वाही देऊन गेला.

<h1 style="text-align:center">5</h1>

<h1 style="text-align:center">लेक लाडकी या घरची !</h1>

"लेक लाडकी या घरची, होणार सून तू त्या घरची....होणार सून तू त्या घरची...."

मैत्रिणी, मावशी सोबत आई देखील लग्नाची मेंदी काढून घेण्यासाठी हात पुढे

करुन बसलेल्या सरिताला चिडवत होते.

"सरिता, एकदातरी तू राघवशी खास त्याच्या आईला आणि मावशीला कोणता

रंग आवडतो ते बोलून जाणून घे.अजुनही वेळ गेली नाही, आपण सगळा आहेर

पटना शहरातील त्यांच्या राहणीमानाच्या तोलाचा वाटेल असाच घेतला

असला तरी त्या निमीताने कुणाची आणखी काही वेगळी आवड आहे का, हे

समजेल."

सरिताला तिची आई जाणून बुजून तिच्या होणाऱ्या नवऱ्याशी म्हणजे राघवशी तिने बोलावे असे सुचवत होती. जेणेकरुन त्यांचा आपसातील बुजरेपणा कमी होईल. आईच्या सांगण्यावरुन सरिताने तिची नोकरी देखील

महिनाभर आधीच सोडून आई बाबांसोबत लग्नाच्या तयारी बरोबरच
लग्नानंतर मुंबईहून पटना येथे सासरी जावे लागेल यासाठी स्वतःची
मानसिक तयारी केली होती.

"सरिता तुझ्या सासूबाई जास्त आजारी आहेत. त्यामूळे तुझे, सासरी
गेल्यावर

लगेच परत इकडे लवकर येणे होणार नाही पण तू स्वतःची आणि
सगळ्यांची

नीट काळजी घेशील याची आम्हाला खात्री आहे."

लेकीची पाठवणी करताना सरिताचे बाबा तिला समजावत होते. लग्न
होऊन

सरिता सासरी आली आणि तिथलीच झाली.

"सरिता, तू नवी नवरी असून माझ्या लास्ट स्टेज कॅन्सरमुळे लगेच
जबाबदारीने पदर खोचून कामाला लागलीस. तू खूप समजूतदार आहेस.
माझ्या माघारी देखील माझ्या राघवला अशीच साथ दे. दोघे सुखाने
संसार

करा."

सरिताची सासू भरभरून तिच्याशी बोलत होती. आजारपणामूळे सरिता
आणि

राघवच्या लग्नानंतर अवघ्या तीनच महिन्यात ती देवाघरी गेली. अनेक
महिने झाले तरी राघव त्या दुःखातून वर येवू शकला नव्हता. त्याची
अवस्था

पाहून एकदा सरिताने त्याच्याशी बोलण्याचा प्रयत्न केला.

"राघव तू आईच्या खुप जवळचा होतास. त्यामूळे तुझे दूःख मी समजू
शकते.

पण आता तू थोडे खंबीर होणे गरजेचे आहे. एकुलता एक मुलगा
असुनही, तू

आणि मी इथे परक्यासारखे कोणतेही अधिकार न ठेवता राहत आहोत
आणि

मावशी आणि त्यांची मुले पुर्ण घरावर कब्जा...."

तिला मधेच तोडत राघव म्हणाला,

"सरिता, मावशीने या घरासाठी खूप केलं आहे. दोन लहान लेकरं माघारी तिच्या पदरात सोडून काका वारल्यावर, ती तिच्या सासरी राहू शकली असती

पण आईच्या देखरेखीसाठी ती इथेच थांबली. मुळात मला सध्या तरी हे

कोणतेच विषय नकोत"

राघव ऐकून घ्यायला तयार नव्हता आणि सरिता तिच्या मावस-सासू आणि

सासरे यांच्यात जे काही घडत होते, ते सगळे लक्षात आल्यावर गप्प राहू शकत नव्हती. उघडपणे दाखवत नसले तरी, ते केवळ काळजी घेत आहेत

असे वाटत नव्हते. वेगळ्या नात्याने एका हळूवार बंधनात ते दोघे जगत आहेत हे सरिताला समजले होते. एका कामाच्या निमीत्ताने ती मग माहेरी

आली.

"आईबाबा मी आता परत तिथे जावू इच्छीत नाही. राघव ऐकून घेत नाही आणि मावशी आणि तिच्या दोन्ही मुलांचे टोमणे, मुद्दाम दिला जाणारा त्रास

सहन करणे आता मला शक्य नाही."

आई वडिलांच्या मदतीने सरिताने वेबसाईटवरुन मला भेटण्याकरता वेळ

घेतली. माझ्याशी झालेल्या चर्चेत तिने अनेक गोष्टी शेअर केल्या.

"तुमच्याशी मी पूर्ण सहमत आहे की, सध्या राघवला माझ्या आधाराची जास्त गरज आहे. तो त्याच्या वडिलांसमोर काहीच बोलू शकत नाही. त्यामूळे

त्याला भावनिक आधार देण्याचा मी प्रयत्न करते. आम्ही दोघांनी घर सोडून

जावे ही मावशीची आणि तिच्या मुलांची इच्छा आहे. सासरेही त्यांना साथ देत

आहेत. फक्त त्यांची हे उघडपणे बोलण्याची हिंमत नाही. ते त्यांच्या

नावाला

जपत आहेत. मी लगेच राघवकडे जाते. आम्ही एकत्र मिळून बोलतो काही

दिवसांत घरी."

त्यांनतर सरिता सासरी गेली. राघवची हिंमत वाढवत तिने हळूहळू त्याला

आजवर न दिसलेल्या सत्याची जाणीव करून दिली. दरम्यान राघवने घरचा

बिझनेस सोडून नोकरी शोधली होती आणि त्यानिमीताने त्यांनी घर सोडले व

जवळच नोकरीच्या गावी जाऊन सूखात राहू लागले.

नवरा बायको एकमेकांची ढाल बनून आधारवड बनत असतील तर श्रीमंती,

पैसा सगळे सोडून एकट्याच्या हिमतीने देखील सुखी होऊ शकतात हे त्यांनी

दाखवून दिले.

6

अँग्रीबर्डच्या विळख्यात !

"रीमा, जरा तरी माझ्या स्टेट्सला शोभेल असे रहा कधीतरी ! सतत काय ग

घरात घुसून बसायचं आणि पार्टी, पबचे नाव घेतले की 'मला नको' म्हणून

नाक उडवत निघून जायचं. खुपच बोअरींग आहेस यार तू, सगळा मूड घालवून

टाकते बाहेर जाण्याचा!"

"मी काय तुझा मूड खराब केला अमित? ऊलट तूच मला सतत त्या पार्ट्यांना

चलण्याचा आग्रह करतोस जिथे मला जाणे कधी आवडत नाही. तो भला मोठा

आवाज आणि त्या ब्रँडेड गोष्टींच्या गप्पा, ते वस्तूंचे मिरवणे आणि श्रीमंतीचे

प्रदर्शन या सगळ्यात मी कुठेच बसत नाही आणि कधी बसूही शकत नाही.

मला वाटते आपण एकमेकांना जसे आहोत तसे स्विकारायला हवे आता तरी !

ह्या गोष्टींवर इतके पैसे वाया घालवणे सुद्धा मला कधीच योग्य वाटत नाही.

त्यापेक्षा आपण कुठे तरी शांत ठिकाणी फिरायला जाऊत, जायचं का आपण?"

"मी इथे दिवसातला थोडा वेळ तुझ्या सोबत घालवू शकत नाही तर बाहेर कुठे

तुझ्या सोबत फिरायला जाण्याचा प्रश्नच उद्भवत नाही. ते डोंगर,नद्या पाहण्यात मला अजिबात रस नाही. त्यापेक्षा तू तुझ्या IT कंपनीतल्या तुझ्या

सारख्या लोकांच्या टीम बरोबर जा तिथे. मी मात्र माझ्या मार्केटिंगटीम आणि

मित्रांच्या टोळीसोबत क्लब मधल्या पार्टीत चील करतो!"

रीमा आणि अमित यांचा आपसात वाद झाला तरी अमित खालच्या मजल्यावर त्याच्या आई बाबांसोबत मस्त जेवण करुन बाहेर पडला. मध्यरात्री तो उशिरा कधीतरी घरी परत येऊन खाली गेस्टरुम मधे निवांत

झोपला.आताशा हे वारंवार होत होते म्हणून रीमा आपल्या सासू सासऱ्यांशी

एकदा बोलली...

"मला वाटते की तुम्ही दोघे अजूनही अमितला लहान समजूनच तो रागात

आला की त्याची मनधरणी करता, त्याला चुकिच्या बाबतीत पाठिंबा देता.

अशाने तो कधीच स्वतःला बदलण्याचा प्रयत्न करणार नाही. मी त्याच्या

चारपट अधिक कमावते, तरी कधीच पैशांची उधळण करीत नाही की ही गोष्ट

त्याला किंवा तुम्हाला जाणवू देत नाही. पण माझे साधे राहणे, कमी बोलणे हे

तुम्हाला कुणालाच का समजून घेता येत नाही? तुम्ही त्याला

समजावण्यात
माझी मदत कराल तर आपण सगळे मजेत राहू शकतो.तुम्ही बोलाल का एकदा त्याचाशी?"

रीमाने तिला आजवर आलेल्या अनुभवांवर संवाद साधण्याचा प्रयत्न केला.

"आम्ही अमितचा रागिट स्वभाव अगदी लहानपणीच ओळखला पण शेवटी

काही गोष्टी आपल्या हातात नसतात हेच आम्हाला पटले. एकदोनदा त्याला

समजावण्यात त्याने खुप त्रागा करुन घेतला. त्याची तब्येत बिघडली. तेंव्हा

पासून मग आम्ही त्याच्या मनासारखे सारे घडू देत आलो.

आमच्यासाठी एवढे पुरेसे आहे की एकदा का त्याच्या मनासारखे झाले की तो

खुशच राहतो. तेंव्हा आता तूच बघ की तुला त्याचे मन कसे समजून घेता येईल!आम्ही आता तुमच्यात पडणार नाही!आमच्या मते अमितच्या

वागण्यात फारसे काही वावगे नाही!"

ज्यांच्या भरवशावर रीमाला काही बदल होईल असे वाटत होते त्यांनी हात वर

केल्यावर रीमाने ह्यासाठी माझी मदत घेतली.

"मॅडम मला समजत नाहीए की, अबोल किंवा शांत स्वभाव असणे, साधे रहाणे, शॉपिंग साठी हट्ट न करणे ह्या चांगल्या गोष्टी आहेत की वाईट?

कित्येकदा यावरुन भांडणे झालेली पाहिलीत मी आणि माझ्या बाबतीत नेमकं

माझा चांगुलपणा, समजुतीने वागणेच मला त्रासदायक ठरत आहे.अमितला

माझ्या पासून वेगळे व्हायचे आहे.

खर तर रागाच्या भरात त्याचा अनेकदा मार खाल्ल्यावर किंवा

भांडणानंतर

एक चक्कर मारुन आल्यावर माझ्या मनाचा कधीच विचार न करता अमितने

त्याचा मनासारखे वागताना किंवा त्याच्या इच्छांसाठी माझा वापर केला तरी

मला कधी हे वेगळे होण्याचे पाऊल उचलावे वाटले नाही.

मला वाटले होते की कदाचीत नवरा बायकोचे नाते हे असेच असते कारण

अनेकांना मी यातून जाताना पाहिले आहे.आता अमित हे वेगळे होण्याचे बोलतोय ते मला पटत नाही. मी तयार झाले तर आज मी आहे, उद्या माझ्या

जागी दुसरी कोणी हे त्याची बायको म्हणून पुन्हा नव्याने सहन करेल."

मला एकिकडे स्वतःवर झालेले अन्याय सांगताना देखील ते इतर कुणाच्या

बाबतीत होऊ नये याची रीमाला भिती वाटत होती. तर दुसरीकडे अजुनही

अमितला कोणी समजावणारे असेल, त्याला संधी दिली तर तो अजुनही

बदलेल असा तिला मनातून विश्वास वाटत होता.

"तुझे म्हणणे बरोबर आहे रीमा.अनेकदा पालकांना आपल्या मुलांना

घडवताना जो सोपा मार्ग सापडतो त्याचा ते आधार घेतात. मोठेपणी याचा

काय परिणाम मुलाच्या आयुष्यावर होईल याची कदाचीत त्यांना कल्पनाही

त्यावेळी नसते. अमितला जोवर त्याच्या आई वडीलांचा पाठींबा आहे तोवर तो

बदलणार नाही. अमितला दुसरी संधी देऊन पाहू. त्याच्यात बदल नक्की होईल असे मला पण वाटते आहे पण त्यासाठी तुलाही भक्कम व्हावे

लागेल.थोडे बदल स्वतःमधे तुला सुद्धा करावेच लागतील.आहेस का तू तयार?"

कोचला तिच्या मनाची तयारी आहे हे दाखवत रीमाने त्यांच्या कडून अनेक

सेशन्स घेतले. हळूहळू कोचच्या सांगण्यानुसार रीमाने स्वतःमधे अनेक छोटेमोठे बदल केले ज्यामुळे अमितच्या मनात तिच्याबद्दल परत प्रेम आणि

जवळीक निर्माण होई शकते असे ते बदल होते. पुरेसे बदल झल्यावर रीमाने

मग सरळ अमितशी बोलूनच घेतले.

"* मला वेगळे व्हायचे नाही त्यामूळे मी तुला घटस्फोट देणार नाही.

* तुझा आग्रह असेल तर मला आधी केस करायची आहे ज्यात मी तू मला

केलेली मारहाण आणि इतर सगळ्या गोष्टी सांगेल.

* हे टाळायचे असेल तर आपण दोघे आता वेगळे राहू व एकमेकांना समजून

घेण्यासाठी वेळ देऊ.

    * तुला तुझ्या रागावर नियंत्रण करणे शिकावेच लागेल.त्यासाठी तू हवी ती

मदत किंवा उपचार घे.

* आपण दोघे एकमेकांसाठी सुसह्य असूत इतपत सारे बदल स्वतःमधे करूत. हे माझ्यासोबत तुलाही करावे लागेल. मी सोशल जगात तुझ्यासोबत

राहताना बदल करेल व तू चार भिंतिंच्या आतलं आपलं जगणं सूसह्य होईल

यासाठी तुझ्यात बदल करून घे."

रीमाचा प्रस्ताव मान्य करुन काही काळ एकत्र घालवत अमितने त्याला

मिळालेल्या दुसऱ्या संधीचे सोने केले. राग आटोक्यात आणण्यासाठी त्याने

मनापासून प्रयत्न केले. या सगळ्याचा परिणाम होत सतत चिडचिड करणारा

व जोरजोरात अँग्री बर्डसारखा रीमावर ओरडणारा अमित आज तिचा

लवबर्ड

बनला आहे.

खुप नेटाने आणि हिमतीने एखादी गोष्ट बदलण्याची नुसती जिद्द न ठेवता

त्यासाठी संयम ठेवत व स्वत:मधे देखील बदल करुन घेत रीमाने तिच्या लग्नाला मोडण्या पासून वाचवले. दुसरी संधी देत तिने पुन्हा एकदा आयुष्यात

नंदनवन फुलवले.

लवबर्ड

बनला आहे.

खुप नेटाने आणि हिमतीने एखादी गोष्ट बदलण्याची नुसती जिद्द न ठेवता

7

मी कात टाकली.

मी रात टाकली, मी कात टाकली, बाई मी मोडक्या संसाराची,.....

"एरवी हे गाणे आवडीने ऐकणारी तू, आता हे गाणे लागले तर रेडिओ बंद का

केलास?"

सविथाची मैत्रीण तिला बोलत करण्याचा प्रयत्न करत होती.

"नाही, तसे काही नाही ग! पण आधीच माझे मन कशात रमवावे हा विचार

करताना मला या गाण्यावरुन झालेला सगळा प्रसंग आठवून गेला. जरा जास्तच रागात होते मी, वाटेल तसे काही बाही बोलले सासूला त्यादिवशी.

आता रोहनला आमचं भांडण कसे आणि का झाले ते कसे काय समजवावे हे

मला कळत नाही. मला आमचे नाते परत पूर्वी सारखे व्हायला हवे आहे. मी

रोहनशिवाय राहू शकत नाही."

सविथाने तिच्या मनातले राधाला सांगताच राधाने तिला धीर दिला.

"होईल ना मग! त्यात काय अवघड आहे? तुमच्या दोघांचेही एकमेकांवर प्रेम

होते. लग्नाआधी पाच वर्षे तुम्ही सोबत रहिलात.तुम्ही एकमेकांसाठी

अनुरुप

आहात याची खात्री झाल्यावर, नीट पारखूनच मग तुम्ही लग्न करायचे ठरवले

होते ना? मग तरी अचानक बिनसले कुठे? तुझ्या आई बाबांना रोहन अजूनही

आवडत नाही का?"

राधाला काही गोष्टी माहिती असल्याने ती तिच्या मनातल्या शंका सविथाला

विचारत होती.

"नाही राधा, आमच्या दोघांच्या घरच्यांचा विरोध मावळला आणि मग आम्ही

लग्न केले. मी खुश होणार आहे म्हटल्यावर अम्मा व अप्पानी आमचे लग्नं

खूप थाटात लावून दिले होते."

"जर असे होते तर तू नागपूरहून इथे माहेरी चेन्नईला परत का निघून

आलीस? रोहनही आता तुला घ्यायला येण्यास तयार नाही किंवा बोलतही

नाही तुझ्याशी! तू यावर काही बोलत नाहीस. सविथा मला वाटते की

माझ्यापेक्षा तुला या बाबतीत आमच्या ओळखीतल्या एक मॅरेज कोच लीना

परांजपे मॅडम आहेत त्या योग्य मदत करु शकतील. तुझी तयारी असेल तर

आपण त्यांना भेटून घेवू."

सविथाने तिच्या घरच्यांच्या संमतीने माझ्यासोबत लगेचच ऑनलाइन सेशन बुक केले कारण तिला अगदी मनापासून लग्न वाचवायचे होते.तिने

मला मोकळ्या मनाने लग्नानंतर झालेल्या घटना व तिच्या माहेरी निघून

येण्याचे कारण सांगितले...

"लग्नानंतर मी आणि रोहन एक दीड वर्षे एकाच ठिकाणी नोकरीला

होतो.

सगळं नीट चालू असताना त्याने त्याचा जॉब बदलला. माझे दिसणे,भाषा

किंवा माझ्या उच्चारामुळे सासू सासरे व नणंद नेहमीच माझी थट्टा करायचे.

पण मी त्याकडे सुरुवातीला दुर्लक्ष केले आणि मला ते शक्यही झाले कारण

आम्ही दोघे जॉबमूळे बराच वेळ घराबाहेर असायचो.नंतर मला जाणवले की,

त्यांचे हे चिडवणे वाढत जाऊन आता ते माझी आणि माझ्या नणंदेची प्रत्येक

बाबतीत तुलना करत आहेत आणि मला लागेल असे मुद्दाम बोलत आहेत.

कोविड काळात एकीकडे सतत हे टोमणे ऐकत मी माझे ऑफिसचे काम करतच होते."

"बरे मग यात तू कधी रोहनची मदत घेण्याचा प्रयत्न केला होतास का?"मी

हे विचारलं तसे सविथाने अश्रूंना वाट मोकळी करत मनही मोकळं केलं.

"लग्नाआधीचा आणि नंतरचा रोहन जणूकाही दोन वेगळ्या व्यक्ती असल्या

सारख्या मला भासत होत्या. तो त्याच्या आई आणि बहिणीच्या प्रेमात

त्यांच्या विरुद्ध काही ऐकून घ्यायला तयार नव्हता आणि एक 'ऑपरेशनल

ॲनालिस्ट' म्हणून काम करताना मी मेन्टली स्थीर असणे खूप गरजेचे आहे

हे सांगूनही त्याला यात मधे पडण्याची इच्छा नाही हेच मला कळले. शेवटी

माझी लढाई जमेल तशी मीच लढत होते.

एकदा सासू आणि मी, आमच्यात कुरबुर झाली, ती वाढतच गेली थेट त्यांनी

माझ्यावर हात उगारण्यापर्यंत! तेव्हा मात्र मला प्रचंड संताप आला. माझ्या

शांतपणे सहन करण्याचा किंवा काही न बोलण्याचा अर्थ त्यांनी मी कमजोर

आहे असा लावला याची मला चीड आली आणि मी त्यांना रागाच्या भरात मग

खूप ऊलटे सुलटे बोलून घर सोडून निघून आले!"

वर्षभरात झालेल्या अशा अनेक लहानमोठ्या बाबी मी समजून घेतल्यावर

त्यांचे लग्न वाचवण्याचे एकत्रित प्रयत्न सुरु झाले.

सविथा स्वतःच्या रागावर नियंत्रण करायला शिकली. 'चूक कोणाची याही

पेक्षा जास्त, नाते कोणाला टिकवावे असे अधिक वाटते, त्या व्यक्तीने मोठ्या

मनाने समोरच्याला माफ करत सामोपचारासाठी पहिले पाऊल टाकावे" हे

तिला पटत होते. त्यामूळे वयाने मोठ्या असलेल्या सासूची माफी मागून तिने

रोहनशी संवाद साधायला सुरुवात केली. त्यांचे आपसात विचार पुन्हा जुळले

आणि प्रेम पुन्हा वाटायला लागल्यावर रोहनलाही त्याची चूक आणि एक नवरा म्हणून त्याची जबाबदारी समजली.

त्याच्या आईच्या मनातील सविथा विषयी असलेले गैरसमज दुर करून त्याच्या घरातल्या सगळ्यांच्या मनात सविथाचे स्थान मिळवून देण्यात तो

तिच्या पाठीशी उभा राहिला.

वेगळे राहूनही आज रोहन आणि सविथा स्वतःचे वैयक्तिक व वैवाहिक आयुष्य छान जगत आहेत आणि घरच्यांशी त्यांचे नातेही टिकवून आहेत!

काळ हा अनेक गोष्टींवर उत्तम उपाय असतो. माणसांना एकमेकांचा

सहवास

घडत गेला, की नाते आणि स्वभाव उलगडत जातात. एकमेकांना
स्विकारण्याची मानसिक तयारी होईपर्यंत गरज पडल्यास दुर राहून का
होईना
पण तुटण्यापेक्षा नाते टिकवणे महत्वाचे ठरते आणि त्यासाठी रागात
घडलेल्या गोष्टी विसरणेही !

8

तुझे ते माझे आणि माझे ते...?

"प्रिती,आपल्याला आज माझ्या एका मैत्रिणीला भेटायला जायचे आहे. ती

मॅरेजकोच आहे. आपल्याला तिची मदत होईल."

पायल, तिच्यापेक्षा वयाने दहा वर्षे लहान असलेल्या तिच्या बहिणीशी,

प्रितीशी बोलत होती. त्या दोघी बहिणी एकमेकींशी मनाने इतक्या घट्ट

बांधल्या गेलेल्या होत्या की, प्रितीच्या आयुष्यातील अनेक निर्णय आजवर

देखील पायल घेत आली होती.

"ठीक आहे, तू म्हणशील तसे! मी आजवर कधी तुझा शब्द मोडला आहे

का?

जावूया आपण! नेमके कशासाठी जायचे आहे विचारु का?"

प्रितीने हे विचारलं तेंव्हा, पायलला अशातच तिचे समरशी झालेले बोलणे

आठवले. समर आणि पायल एकाच IT firm मधे नोकरीला होते.समर वयाने,

पायल पेक्षा आठदहा वर्षे लहान असला तरी त्यांची आपसात खुप छान मैत्री

होती. माझ्याघरी पोहचेपर्यंत, प्रितीला समरची इच्छा पायलने सांगितली. ती

सांगताना पायलला त्याचा शब्द न शब्द जसाच्या तसा आठवत होता.

"पायल,आपली मैत्री इतकी छान आहे की,या घराशी मला माझे नाते आणखी

मजबूत करण्यासाठी एक पाऊल उचलावे वाटत आहे. मला तुझी बहिण प्रिती

खुप आवडली आहे. तुमच्या घरी झालेल्या काही गेट टुगेदरमधे मी तिला

पाहतोय. ती तुझा कमालीचा आदर करते. तुझ्या ती खुप ऐकण्यात आहे,

त्यामुळे तुझ्या जिवलग मित्राशी तिने लग्न करावे असे तुला वाटत असेल तर

तिला एकदा माझ्याबद्दल तिचे मत काय आहे ते विचार ना?"

"समरची ही मागणी ऐकून मी आधी विचारातच पडले होते की याला अचानक

काय उत्तर द्यावे? त्यामूळे आम्ही आज इथे तुमचा सल्ला घ्यायला आलो

आहोत."

पायलने, माझ्याशी प्रितीची ओळख करुन दिली आणि त्यांच्या येण्याचे

कारण सांगताना समरने प्रितीला घातलेली लग्नाची मागणी सांगितली. ती

मान्य करावी की नाही यावर चर्चाही केली.

"तुम्ही दोघे चांगले मित्र आहात, एकमेकांना अनेक वर्षे ओळखता पण

लग्नानंतर ही मैत्री अशीच राहील ह्याची शक्यता कमी आहे आणि ते योग्यही

असेल. समर हा अतिशय प्रॅक्टिकल विचारांचा आहे तर प्रिती खुप इमोशनल!

दोन अगदी विरुद्ध टोके एकत्र येऊन संसार सुरु करण्याआधी त्यांनी एकमेकांची emotinal compatibility check करुन घेणे गरजेचे आहे नाहीतर

गैरसमज होण्याची शक्यता आहे!"

मी अनेक गोष्टींची चर्चा करुन त्यांना काही मार्ग सुचवले. त्यावर अमलबजावणी करण्याआधीच पायलच्या होकारार्थी उत्तरा नंतर समर आणि

प्रिती यांचा विवाह थाटात पार पडला होता.

"ताई, मी लग्न करुन फसले.समरच्या आईला माझी कुठलीही गोष्ट आवडत

नाही आणि समरला सांगून उपयोग होत नाही. तो मलाच समजवतो की, इतक्या छोट्या गोष्टी मनाला कधीच लावून घ्यायच्या नसतात."

प्रिती, तिच्या सवयीप्रमाणे सगळयाच गोष्टीत,लग्नानंतरही पायलचा सल्ला

घेत राहिली आणि समर आणि पायल मित्र म्हणून टिकून राहत गेले पण प्रिती

आणि समरची लग्नगाठ मात्र सैल पडत गेली.

"प्रिती, मला वाटले होते की,आईच्या आजारपणात ती आपल्याला वर्ष भरातच

सोडून देवाघरी गेल्यावर तरी निदान तुझ्या तिच्या बद्दलच्या तक्रारी संपल्या

असतील पण तुझी तक्रार संपत नाहीए आणि मला आता हे सहन करणे शक्य

नाही. आपण एकदा लग्नाआधीच जे सेशन्स आपल्याला करणे गरजेचे होते ते

आता तरी करू म्हणजे आपल्यात सुसंवाद वाढेल."

अचानक वेगळे होण्याची इच्छा बोलून दाखवत असलेल्या बायकोला म्हणजेच प्रितीला, समर समजावत होता पण ती तयार झाली नाही. ही गोष्ट

तिने पायललाही सांगितली आणि एक आणखी मोठी चूक करुन बसली.

केलेल्या अनेक प्रयत्नांना अपयश आल्यावर शेवटी समरने वकील शोधला.

कोर्टात वेगळे होण्यासाठी केस सुरु होण्यापूर्वी तो अजूनही समजण्याचा आणि

लग्न वाचवण्याचा प्रयत्न करतो आहे.

प्रिती आजही आर्थिक, भावनिक आणि सगळ्या गोष्टीत मदतीसाठी पायलवर अवलंबून आहे आणि पायल जे करेल ते योग्य ह्या भ्रमात जगते

आहे!

हे सगळे ठरवून निमुटपणे फक्त मत्सरापोटी गप्प राहून या सगळ्याची करता

करविता धनी पायल इतरांच्या आणि स्वतःच्याही नुकसानाचा विचार करायला तयार नाही.

"जे सुख मला मिळाले नाही ते प्रितीला कसे मिळू शकते? समर माझा मित्र

असून इतका परका कसा बनू शकतो? ते एकत्र असले काय आणि नसले काय?

काय फरक पडतो? समर श्रीमंत आहे, प्रिती त्याच्या पासून वेगळी झाली तरी

तिला पैसा मिळेल आणि....आणि कदाचित मला माझा मित्र?????"

मत्सर डोक्यात शिरुन पायलला हवे तसे वाकड्या मार्गाने घेऊन गेला कारण

तिने स्वतःला थांबवले नाही.

९

तेरे बिना जिंदगी से कोई....

"तेरे बिना जिंदगी भी लेकिन, जिंदगी नही, जिंदगी नही..."

हे मनाला ठाऊक असूनही करुणा आज रितेश पासून वेगळं होण्याचा निर्णय

घेत होती. सुरुवातीला कठीण वाटलं, पण आता तिचा मधल्या काळात डळमळलेला आत्मविश्वास तिने पुन्हा मिळवला होता, जसा IT चा सोडलेला

जॉबही !

CFO सारख्या मोठ्या पदावर राहून जमवलेली आजवरची सगळी मिळकत

रितेशला मुंबईत फ्लॅट घेताना दिल्यावर करुणाकडे तिचे स्वतःचे असे खूप

कमी पैसे उरले होते. लग्नानंतर सहा वर्षांनी लेक झाली ती प्री-मॅच्योर! तिला

नीट वेळ देता यावा यासाठी करुणाने नोकरी सोडली आणि हळूहळू नंतर तिच्यात गुंतत, तिने घरातील तिच्या बाकीच्या भूमिकाही सोडल्या! नाही

म्हंटले तरी लेकीच्या काळजीत तिचे मधल्या काळात रितेशकडेही लक्ष

कमीच
झाले होते.
तो घरी बराच उशीरा येत असल्याने मुलीची आणि घराची पूर्ण जबाबदारी
तिच्यावर येऊन पडली आणि मग तो घरी आला तरी जास्तच फोनवर गुंतत
गेला. तिने तिच्या परीने सगळे प्रयत्न करुन सुद्धा तो तिच्यापासून मनाने

बराच दूर निघून गेला आहे हे तिला जाणवत होतं. तिला त्यांचे जुने दिवस
आठवले.
एकमेकात पूर्ण मिसळून गेलेल्या करुणा आणि रितेशनी लग्न ठरल्यावर
बेंगलुरुहून खास मुंबईला बदली मागून घेत नवे आयुष्य भरभरून
जगण्यासाठी त्यांचा मोर्चा स्वप्नांच्या नगरीकडे वळवला होता. दोघेही
त्यांच्या व्यावसायिक आयुष्यात खुप गुंतलेले असले तरी सुरुवातीचा बराचसा
काळ त्यांनी एकत्र छान घालवला होता.
वडिलांपासून विभक्त झाल्यानंतर रितेश आई सोबतच वाढलेला असल्याने
त्याची त्याच्या आई सोबतची बॉर्डींग घट्ट होती. करुणानेही ते स्थान
लवकरच त्याच्या आयुष्यात मिळवले होते पण यातलं जणू काही त्याला आता
काहीच नको असल्यासारखे किंवा त्याला करुणा कधी आवडत होती हे
विसरल्यासारखे त्याच्यात बदल होत होते.
अचानक त्याला तिचा रंग, किंवा आता तिचे वाढलेले वजन, अंगावर खूप
आधी पासून असलेले छोटे व्रण आता नजरेला खटकत होते. एक ना अनेक
अशी कितीही खोटी कारणं दिली तरी करुणाने त्यामागचे खरे कारण शोधून

काढले ज्यावर तिचा विश्वास बसत नव्हता.

रितेशला आता दूसरं कोणीतरी आवडत असलं तरी तिने माझ्या

वेबसाईटवरुन माझा शोध घेत यातून मार्ग काढण्याचा प्रयत्न केला. सर्वात

आधी तर गेलेला आत्मविश्वास एका महिन्यात कमवत,तिची गेलेली नोकरी

तिने पुन्हा मिळवली.

स्वत:चे अनेक प्रयत्न करून शेवटी त्याचा निर्णय बदलणार नाही आणि

त्याला या लग्नात आणि नात्यात आता रहायचे नाही हे लक्षात आलं आणि

करुणाने मग या गोष्टीला स्वीकारत यातून बाहेर पडण्याचा निर्णय घेतला.

तिची आई तिच्या सोबत येऊन काही काळ मुलीला सांभाळण्यात तिची मदत

करत होती कारण रितेशने पूर्ण तयारी करुन सहा महिने त्याच्या आईसोबत

तिच्यापासून दूर राहत घटस्फोटाची तयारी सुरु केलेली होती. ओढून ताणून

नात्यात नसलेले प्रेम शोधण्यापेक्षा करुणा,

"तेरा बिना जिंदगी से कोई शिकवा नही" म्हणत तिच्या जीवनातील पुढचे

पाऊल उचलत बाहेर पडली.

10

मिलती हैं जिंदगी में.....

"मिलती हैं जिंदगी में मोहोब्बत कभी कभी"....

म्हणता म्हणता दिल्लीच्या ममताने आपल्या जिवलग मित्राला सोडून आई

वडिलांच्या सांगण्या नुसार व इच्छेप्रमाणे मुंबईच्या IT Firm मधे चांगली

नोकरी करणाऱ्या अजितशी लग्नं केल तेही मनापासून त्याला स्विकारून!

सुखवस्तू एकत्र कुटुंबात राहत असली तरी ममता कशीबशी तिथे वर्षभर टिकू

शकली आणि सरते शेवटी वरच्या गाण्यातल्या पुढच्या ओळींप्रमाणे

"लाती हैं ऐसे मोड पर किस्मत कभी कभी !....." च्या टप्प्यावर येवून

पोहचली. एक ठाम निर्णय घेत जशी ती माहेरी परतली तितक्याच ठाम

निर्धाराने अजित तिला घटस्फोट देण्याच्या विचारावर ठाम होऊन घरच्यांचा

आग्रह आणि माझ्या वेबसाइटला भेट देऊन माझ्यासमोर येऊन बसला होता.

"निर्णय झालेला आहे तरी तू आज माझ्याकडे कसा?" यावर अजित उत्तर

देत

म्हणाला,

"निर्णय झाला असला तरी मला अजुनही कारण समजत नाहीए ममताच्या

अशाप्रकारचे पाऊल उचलण्याचं! तिला काय कमी ठेवली होती आम्ही, म्हणून

ती परत तिच्या जुन्या मित्राच्या संपर्कात आली? तिला तिचे जुने प्रेम विसरणे

शक्य नव्हते तर माझ्याशी लग्न करायला नकार द्यायचा होता! तिच्या घरचे

तिची बाजू घेत आहेत आणि म्हणूनच मला एकदा तुम्हाला भेटावंसं वाटलं. "

अजितचा त्रागा योग्य की अयोग्य हे समजण्यासाठी आणि त्याला मदत करण्यासाठी तो या प्रक्रियेत संपुर्ण साथ देईल असे त्याने कबूल केले आणि

त्याच्याशी माझे पुढचे बोलणे सुरु झाले. तुम्हांला वाटेल सरळ सरळ केस आहे.

जुने प्रेम पुन्हा सापडले किंवा ते कधी हरवलेच नव्हते म्हणून ती परत त्याच्याकडे वळली. आजकाल मुली करतात असं!

तुमचं म्हणणं काही अंशी तुम्ही पाहिलेल्या उदाहरणांवरुन बरोबर असले तरी

आणि ममताने जे केले ते अयोग्य आहे हे अजितलाही पटलेले असले तरी,

तिचीही काही वेगळी बाजू असेल ती समजून घेणे गरजेचे होते. त्यासाठी अजितने त्याच्या लग्नातील बारकावे सांगून मला एक प्रकारे या गोष्टीच्या

मुळाशी जाण्यास मदत केली होती.

प्रेम, सहवास, आपलेपणाची भावना नसेल तर आपलं सख्खं मुलंही

आपल्यापेक्षा इतरांच्या जवळ अधिक जातं. मग लग्नाच नात यासाठी

अपवाद कस असू शकेल? आपले घरदार, नातेवाईक आणि प्रेमाचे जग

सगळं

सोडून जी ममता अजितच्या आयुष्यात आली होती, ती वर्षभर केवळ मुंबईच्या दमट वातावरणात आणि याकाळात घरात बंद राहून घुंगट घेऊन

केवळ काम करण्यासाठीच आली होती का? वॉशिंग मशीन असून एकत्र परिवारातल्या पाच सहा जणांचे कपडे धूत अजितने तिला कधी तरी वेळ द्यावा या अपेक्षेत तिने किती वर्ष थांबणे अपेक्षित होते?

प्रेमाचा ओलावा शोधण्यासाठी ती परत तिच्या जुन्या मित्राशी फोनवर

बोलायला लागली तर त्यामागचे कारण समजून घेऊन स्वत:मधे बदल करण्याऐवजी किंवा तिलाही संधी देण्याऐवजी जर तिचे कॉल ट्रेस करुन तिला

जाब विचारला जात असेल तर तिच्या मनात निर्माण झालेले अंतर वाढेल की

कमी होईल याचाही विचार व्हायला हवा होता. हे सारे जेंव्हा अजितला आमच्या बोलण्यातून समजत गेले आणि उमजतही तेंव्हा सगळ्यात आधी

त्याने ममताची माफी मागितली व महिनाभरात तिला विश्वास मिळवून देत

परत मुंबईला आणले.

एका शाळेत शिक्षिका असलेली ममता सुद्धा मला नियमित भेटायला तयार

झाली आणि तिला हवा होता तो भावनिक आधार, सन्मान, एक माणूस म्हणून समजून घेणे हे सारे अजित कडून मिळाले आणि एकमेकांना हे सारे

देण्यासाठी व आयुष्य पुन्हा सुरळीत करण्यासाठी त्यांनी वेगळे राहणे पसंत

केले. आज एक वर्षाच्या मुलाचे आई वडील असलेले अजित आणि ममता

खरोखर सुखी झाले.

"चुकतो तो माणूस आणि मोठ्या मनाने ती चूक माफ करून आपल्याला पुन्हा स्विकारतो तो खरा आपला जवळचा माणूस !"
इतकी साधी गोष्ट लक्षात घेता आली तरी अनेक जोडपी गुण्यागोविंदाने नांदतील!

11

"लग्नाच्या" गाठी खरंच "स्वर्गात" बांधल्या जातात?

"लग्नाच्या गाठी स्वर्गात बांधल्या जात असतील तर त्या इतक्या कमकुवत

कशा असू शकतील?"

असा प्रश्न 28 वर्षे वयाच्या, नुकतेच लग्न झालेल्या स्वप्नाला पडला जेंव्हा,

अचानक कोणतेही कारण न सांगता हितेशने तिला माहेरी आणून सोडले.

तिला सर्वत्र ब्लॉक करुन तिला घरी परत यायलाही मनाई केली. हे सारे कमी

होते की काय ! म्हणून त्याच्या आईने तिला घटस्फोटाची मागणी करायला

फोन केला!

MBA केलेली स्वप्ना सुन्न डोक्याने, स्वतःच्या लग्नाला वाचवायला माझ्या

वेबसाईटद्वारे माझ्यापर्यंत पोहचली.

आपल्या प्रमाणे आईच्या 'अती - धाकाचा व हुकुमशाहीचा' हितेशही बळी जात

असावा आणि म्हणूनच आपल्याला दिवसा आणि रात्रीही आपल्या रुमचे दार

लग्न झालेले असले तरी उघडे ठेवावे लागते, ही गोष्ट तिने समजून घेत त्याला

आधी यातून बाहेर पडायला मदत करायचे ठरवले. त्याचे मन जिंकताच ती

'परत त्याच्या आयुष्यात' आली ! आणि थोड्याच अवधीत त्या दोघांनी सासू

व सासरे यांचा विश्वास संपादन करून त्यांच्या फैमिली बिझ़नेसची सिंगापुर

ब्रांच उघडून अल्पावधीत ती भरभराटीला आणली.

    छोट्या - छोट्या गोष्टींची परवानगी मागून उधारीचे जीवन जगणारे,

एकमेकांपासून लांब असलेले दोन जीव आता सुखाने एकत्र नांदत आहेत.

नसतेस घरी तू जेंव्हा !

    नसतेस घरी तू जेंव्हा, जीव तूटका तूटका होतो, जगण्याची विरती धागे;

संसार फाटका होतो... नसतेस घरी तू जेंव्हा...

"मोहन, कसा आहेस तू ? किती दिवस झाले तू एकटा शांत बसून

असतो.आम्ही गेले तीन-चार महिने तुझ्या दादाच्या घरी पुण्याला

मूद्दामच जाऊन आलो. त्यानिमीत्ताने त्याच्या नुकत्याच जन्मलेल्या

लेकीसोबत वेळ घालवता यावा असा विचार होता.

आम्ही दोघेही नातीसोबत आमचा वेळ अगदी आनंदाने घालवत

असताना तुम्हालाही दोघांना तुमच्या लग्नानंतर हवा तसा,

एकमेकांसोबत तुमच्या मनाप्रमाणे वेळ घालवता यावा हा देखील

त्यामागे ऊद्देश होता.

नवी सून गौरी डॉक्टर आणि तू सी.ए अशा करिअरमधे असल्यावर मग काय पाहता? तुमच्या करिअर पूढे तूम्हाला एकमेकांसोबत वेळ घालवावा हे सुचेल की नाही अशी शंका होती म्हणून एवढा हा खटाटोप जमवून आणला होता आम्ही आणि परत येवून बघतो तर काय गौरी तिच्या माहेरी गेलेली आणि तू हा असा शांत, अबोल-एकटा झालेला! सगळे काही नीट आहे ना तुमच्या दोघांत?"

मोहनचे आई वडील त्याच्याशी संवाद साधायचा प्रयत्न करत होते आणि तो मात्र हे एकच गाणे मोबाईलवर लूपमधे टाकून ऐकत होता.त्या दोघात नेमके काय झाले काही समजत नव्हते म्हणून ते एकदाचे नीट समजण्यासाठी मोहनचे आईवडील डोंबिवलीत गौरीच्या माहेरी गेले.

"गौरी, आता तुझ्या बाबांची तब्येत कशी आहे ? तुमच्या लग्नाआधीच त्यांना आलेल्या पॅरलिसीसच्या अटॅकमुळे तू स्वतः त्यांची काळजी घेत आहेस. तुझा सगळा जीव बाबांमधे अडकून पडला आहे हे आम्ही समजतो पण एकदा स्वतःकडे देखील तू थोडे लक्ष दे. तुझ्यामागे रात्रंदिवस हॉस्पिटलचे पेशंट आणि इथे घरी आल्यावर बाबांची काळजी व त्यांच्या साठी करावी लागणारी जागरणे या सगळ्यांमध्ये तुझी तब्येत खराब होईल. तुझे नुकतेच लग्न झाले आहे हे देखील तू विसरून गेली आहेस. तुझ्या आयुष्यात हे दिवस पुन्हा मिळणार नाहीत त्यामूळे आता आम्ही आलो आहोत तर काही दिवस तरी तू आमच्या सोबतच आपल्या घरी चल. मोहन अगदी एकटा पडला आहे तुझ्याविना आणि तुझी खुप आतुरतेने वाट पाहत आहे." मोहनच्या आई वडिलांनी डॉक्टर गौरीला समजावून सांगण्याचा प्रयत्न केला.एकीकडे तिला ही सगळी परिस्थिती समजत होती पण त्याच वेळी स्वतःच्या वडिलांना आजारी अवस्थेत सोडून सासरी निघून जाणे तिला खुप चुकीचे व अपराधीपणाचे वाटत होते. मोहनशी भेटावे, बोलावे

असे तिलाही वाटत होते त्यामुळे तिने त्याच्या आई-वडिलांसमोरच त्याला फोन केला.

"आय एम सॉरी मोहन ! गेल्या काही दिवसात मी घरी येऊ शकले नाही. फोनवरही आपण फार काही बोलू शकलो नाही. मला हॉस्पिटलमध्ये

खूप जास्त वर्कलोड होता आणि घरी आल्यानंतर मी बाबांना कमी वेळ देते त्यामुळे त्यांच्यात सुधारणा नाही ह्या गोष्टीची कुठेतरी मनाला टोचणी लागून राहिली होती. आपण दोघे दादाकडे पुण्याला जाऊन वहिनीला आणि छोट्या परीला कधीभेटून यावे हेही ठरवणार होतो, पण गेली तीन चार महिने मी इथेच अडकून पडले आहे. तू मला समजून घेशील अशी माझी अपेक्षा आहे. आपण लवकरच भेटू..."

सुनेची म्हणजेच गौरीची अवस्था त्यावेळी परत एकदा समजून घेत मोहनचे आई वडील त्यांच्या स्वतःच्या घरी कल्याणला आले. मोहनचे गौरीशी बोलणे झालेले असल्यामुळे तो थोडा मोकळा झाल्यासारखा वाटत होता. त्याने कित्येक दिवसांनी त्याच्या आई वडिलांसोबत बसून वेळ घालवला, व्यवस्थित जेवण केले. त्याची ही बदललेली अवस्था देखील त्याच्या आई-वडिलांना एक दिलासा देऊन गेली.

काही काळ गौरीची वाट पाहून मोहनच्या वडिलांनी पुन्हा एकदा तिला कॉल केला,

"बेटा, आम्ही तुझ्याकडे येऊन गेल्यानंतर आणखीन दोन महिने उलटून गेले आहेत तरी तू परत आपल्या घरी आली नाहीस. इथे सासरी येण्याचं तू नाव देखील घेत नाहीस.वरवर पाहता तुझ्यात आणि

मोहनमधे अधून मधून संभाषण होते. तुम्ही एकमेकांची काळजी घेता

हे दिसूनही येते. यावरून तुम्ही दोघे एकमेकांवर प्रेम करत आहात हे आम्हाला समजत असले तरी तुमच्या लग्नानंतर एकाच आठवड्यात तू माहेरी गेलीस आणि आता सहा-सात महिने झाले तरी परत येत नाहीस ह्या मागचे कारण उमगत नाही. त्यामुळे मग आमची काळजी वाढत चालली आहे."

गौरी सारे निमूटपणे ऐकून घेत होती. तिच्या मनात दोन्हीकडून अपराधीपणाची भावना वाढीला लागली होती. एक तर ती सासू-सासरे, नवरा मोहन ह्या सगळ्यांच्याच चांगुलपणाला योग्य प्रतिसाद देत नाहीये असे तिला मनातून समजत होते. त्याच बरोबर तिच्या वडिलांची काळजी घेणारं दुसरं कोणी नाही. अजून त्यांच्या तब्येतीत म्हणावी तशी सुधारणा नाही की त्यांना एकटे सोडेल, या दोन्ही गोष्टी

तिला कुठलाच निर्णय घेऊ देत नव्हत्या.

"मी लवकरच येते असे मोहनच्या वडिलांना कबूल करून तिने तेंव्हा त्यांचा फोन ठेवला."

मित्र-मैत्रिणींच्या एका कॉमन ग्रुपमधे भेट झाल्यावर, मोहन व गौरी यांच्या भेटी घडत गेल्या. ओळख वाढळ्यानंतर गौरी आणि मोहनने एकमेकांशी लग्न करण्याचा निर्णय घेतला होता. स्वतःच्या घरच्यांना ही

गोष्ट सांगताच त्यांच्याकडून या लग्नाला त्यांना लगेचच होकार मिळाला होता.

गौरीच्या वडिलांचे आजारपण सोडले तर सगळ्या गोष्टी अगदी सुरळीत

पार पडल्या होत्या. पहिला आठवडाभर लग्नानंतरचे घरातले सगळे विधी देखील व्यवस्थित झाले. त्यानंतरच आपण गौरी आणि मोहनला एकत्र वेळ घालवता यावा म्हणून नातीला बघण्यासाठी गेलो. आपल्या माघारी या दोघांमधे कशावरून वाद झाला की काही बिनसले जे हे दोघे आपल्यापासून लपवत आहेत असे विचार वारंवार मनात यायला लागल्याने मोहनच्या आईवडिलांनी मोहनला एका मॅरेज कोचला भेटण्याचे सुचवले व त्याला माझ्याकडे पाठवले.

"मॅडम, गौरी बद्दल माझी तक्रार नाही किंवा तिच्या बद्दल मनात कुठलाही आकस नाही तरी देखील आता मला या अनिश्चिततेचा त्रास होतो आहे. तिच्या मनात नेमके काय चालले आहे किंवा तिला खरंच सासरी यायचे आहे की नाही याबद्दल आता मलाही शंका येऊ लागली आहे. तिच्या वडिलांची तब्येत ठीक नसली तरी सगळी जबाबदारी हिने एकटीनेच स्वतःवर घेतलेली आहे.आम्ही दोघे एकाच शहरातले आहोत त्यामुळे गौरी रोज माहेरी जाऊन देखील त्यांना भेटून येऊ शकते. गौरीची आई आणि लहान बहीण यातली कुठलीही जबाबदारी घ्यायला तयार नाहीत आणि गौरी देखील त्यांना ती सोपवायला तयार नाही. लग्नानंतर आमचे देखील एक आयुष्य आहे, काही स्वप्न आहेत त्यांचे पुढे काय भवितव्य आहे याची मला चिंता वाटते आहे. मला नेमका काय निर्णय घ्यावा हे सुचत नाही. यातून बाहेर पडण्याचा काही मार्ग

असेल तर तो जाणून घेण्यासाठी मी तुमच्याकडे आलो आहे."

मोहनची सगळी मनस्थिती अगदी त्याच्या शब्दात ऐकल्यानंतर, नेमकी

काय अडचण झाली असावी याचा कोचला अंदाज आल्यावर त्यांनी मोहनला आश्वासन दिले.

"मोहन, आणखी काही दिवस आपण या सगळ्या गोष्टींना नीट करण्यासाठी प्रयत्न करू. तोवर तू गौरीला एकदातरी मला भेटायला आणू शकलास तर आपले काम सोपे होईल. मला तिची बाजू समजता येईल."

मोहन आणि गौरी या दोघांबद्दल शक्य तितकी बरीचशी माहिती मोहनशी दोन चार वेळा भेटून मी घेऊन ठेवली. मोहनची ईच्छा काय आहे हेही त्याने बोलून दाखवले होते त्यामुळे गौरी जेव्हा त्यांना भेटायला आली, तेव्हा तिच्याशी संवाद साधने मला सोपे गेले.

गौरीला तिच्या मानसिक अपराधीपण्याच्या भावनेतून बाहेर पडायला मी

मदत केली. अनेक गोष्टी समजावल्यावर गौरीला उपाय पटले.

"मी मोहन व आई बाबांकडे पुर्ण दुर्लक्ष केले यासाठी आधीच माफी मागितली आहे.आजपासून चोवीस तास बाबांची काळजी घेण्यासाठी मी नर्सची व्यवस्था केली आहे. सगळ्यात महत्वाचे म्हणजे माझ्या आईला व बहिणीला मी त्यांची जबाबदारी नुसती समजावलीच नाही तर ती दिली देखील आहे.

एक डॉक्टर म्हणून व मोठी लेक म्हणून मी नेहमीच घरात जबाबदारीने वागले. इतरांच्याही अनेक जबाबदाऱ्या मी माझ्यावर नेहमीच घेत राहिले. ही सगळी माझी माणसे असली तरी मला माझे आयुष्य आहे ह्याचा मला इतक्या वर्षात विसर पडला होता.

त्यात मी लग्नांनंतर माझी काळजी करणारे, प्रेमाने मला समजून घेत वाट पाहणारी नविन माणसे आहेत हे देखील समजत असून मी रस्ता काढू शकत नव्हते.आता हे सगळे सुरळीत झाले ते तूम्हा सगळ्यांमुळे!"

दोघांपैकी एका जोडीदाराने वाट पाहिली आणि समजून घेतले तरी संसार टिकतो. कधी कधी त्यातील एखादा जोडीदार निस्वार्थीपणे

आयुष्यात स्वत:चा विचार न करता नेहमी सुखाचा त्याग करत असेल तर त्या व्यक्तीला देखील आयुष्याचे सुंदर रंग जोडीदारामूळे पाहता येतात. जीवन आनंदाने जगण्याचे समाधान लाभते.

12

जीवनसाथी हम !

"जीवनसाथी" हा शब्द जरी नुसता ऐकला तरी मनात एक छान भावना उमटते.

हयाच नावाच्या ऑनलाइन साइटवर घरच्यांनी नाव नोंदणी केल्यावर मीनल

आणि यश एकमेकांना पहिल्यांदा भेटले. त्या भेटीतच त्यांना ते दोघे एकमेकांसाठी अगदी समर्पक वाटले...

"जीवन साथी हम... दिया और बाती हम !"

हया गाण्याच्या ओळीप्रमाणे आपण अनुरुप आणि एकमेकांसाठी योग्य आहोत असे वाटल्याने त्यांनी लग्न करायचे ठरवले आणि आपापल्या घरी

हया लग्नासाठी होकार कळवला. उच्चशिक्षित आणि नावावर अनेक पेटंट

असलेली मीनल Financial Analysts म्हणून एका नामांकित कंपनीत नोकरीला होती तर यशही अशाच एका मोठ्या कंपनीत मोठ्या पदावर! मीनल

स्वतंत्र विचाराची असल्याने तिला तिच्या ड्रेसिंग आणि खाण्यापिण्यावरुन

किंवा तिने काय करावे, काय नाही... यावर अनेक बंधने घातली गेली हे फारसे

रुचले नाही.

लग्ना आधीच यशच्या आईने आणि बहिणीने तिच्या वैयक्तिक आवडी निवडी आणि अनेक लहान सहान गोष्टीत रोकटोक करत बंधन घालायला

सुरुवात केल्यावर तिचा पुर्ण हिरमोड झाला होता. सुरुवातीला याकडे दुर्लक्ष

करून ती जरी लग्नाच्या तयारीला लागली तरी नंतर मात्र तिने यशच्या

कानावर ही गोष्ट घातली.

"घरी एकदा या विषयी बोल!"

अशी तिने त्याला विनवणी देखील केली. खुप वेळा ती हे त्याला सांगत राहिली

आणि यश

"आज बोलू, उद्या बोलू, त्यात काय इतके?"

असे करत ती गोष्ट पुढे ढकलत गेला. शेवटी लग्न होऊन मीनल सासरी आली

तरी यशने काही त्या दोघींना समजावले नव्हते. यशची बहिण बरीच मोठी

होती आणि तिच्या लग्नाला जवळपास अकरा वर्ष झाली तरी माहेरच्या घरात

आणि सगळ्यांच्या आयुष्यातली तिची ढवळाढवळ संपली नव्हती.

अती दखल देणारी आणि उणे काढणारी नणंद, एक हाती सत्ता ठेवलेली आणि

घरात सगळे निर्णय घेत वर्चस्व प्रस्थापित केलेली सासू आणि डिप्रेशनने

आजारी असलेले सासरे या सगळ्या गोष्टींमुळे घरातले वातावरण तसेही खेळीमेळीचे नव्हते.

सासू आणि नणंद मिळून मीनलला सुधरु देत नव्हत्या आणि त्याचा परिणाम

म्हणून की काय तिचे आणि यशचेही खटके उडत होते. आईशी तो बोलत

नाही

आणि तिची होणारी कुचंबणा तो नाही तर दुसरे कोण समजून घेईल यावरुन

एकदा मनातला त्रागा काढत मीनलचे यशशी भांडण झाले आणि मीनलने

रागाच्या भरात यशच्या तोंडात लगाऊन दिली.

त्यामूळे गोष्टी वेगळ्याच थराला गेल्या.त्यांचे बेडरूममधील भांडण ऐकून

सुद्धा ज्या घरात भयाण शांतता पसरली जाई तिथे ह्या घटनेने तिचे सासरे

अधिकच घाबरले. पुरुषी अहंकारही आड आला आणि 'माझ्या मुलाला मारले

म्हणजे आता आम्हांला पण सुरक्षा नाही' असा गैरसमज करून घेऊन त्यांनी

सरळ घरी पोलीस बोलावले.

"हा घरगुती नवरा बायकोच्या मधील भांडणाचा विषय आहे"

असे सांगून आणि सर्वांना समजावून पोलीस कोणतीही कारवाई न करता गेले

पण या घटनेने यश मात्र मीनल पासून दुरावला. किरकोळ भांडण झाले तरी

सासरे लगेच पोलीस बोलावून घेत त्यामूळे मीनल तिच्या करिअरवर लक्ष देऊ

शकत नव्हती. यशने बोलणे बंद केले आणि शेवटी कंटाळून उपाय न सापडलेली मीनल माहेरी आली.

भुतकाळातल्या काही गोष्टी आपण बदलू शकत नाही आणि अनेकदा नुसतं

हळहळत बसून हाती काही लागत नाही. पण वेळीच त्या घटनेला वेगळे वळण

देता आले तर आपण आयुष्याची बिघडलेली घडी परत एकदा नीट बसवू शकतो.

मनापासून असाच एक प्रयत्न करण्यासाठी मीनलने तिच्या एका मैत्रिणीच्या

सांगण्यावरून माझी मदत घेत सर्वात आधी तर स्वतःच्या रागावर ती

नियंत्रण करायला शिकली. मनापासून 'सॉरी 'म्हणत तिने पुन्हा एकदा

यशला बोलते केले. दरम्यान त्याच्याशी बोलताना ती त्याला तिच्या रागाचे

मूळ कारण समजावून सांगत होती आणि तो ज्या परिस्थितीतून जात होता

त्यात त्याला धीर देत होती.

एकदा त्याला जेव्हा घराबाहेर काढले गेले तेव्हा तिने मदतीचा हात दिला

आणि यशला समजले की, ज्यांना आपण खुप मानतो किंवा ज्यांच्या सुखाची

काळजी करतो त्यांनी आपण दुःखात आहोत की सुखात याची पर्वा तर केलीच

नाही वरुन आपल्यालाही थोडे त्यांच्या इच्छेने एकदा वागलो नाही तर

घराबाहेर काढले. त्यापेक्षा जी आपल्याला जन्मभर साथ देत आहे तिला साथ

दिली तर निदान आपल्या जीवनसाथीला तरी आपण न्याय देऊ शकतो आणि

सुखी जीवन जगू शकतो.

नात्यांना धरुन ठेवणारी मीनल सासरी परतली आणि भुतकाळातल्या कडू

आठवणींना गोड करून दिवाळीत सर्वांच्या संमतीने जवळच्या बिल्डिंगमधे

यश सोबत वेगळ्या फ्लॅटमधे स्थायीक झाली.

13

अर्ध्यावरती डाव मोडला....

"अरे समर, शेवटी काय निर्णय झाला आहे तुझा आणि श्वेताचा? आम्ही कोणती तारीख ठरवायची तुमच्या साखरपुड्याची?? श्वेताशी काही बोलणे झाले का तुझे? एकदा तिला आणि तिच्या घरच्यांना आपल्या घरी आम्हाला भेटायला तरी बोलवशील की नाही? लग्न करायचे आहे असे तुम्ही दोघांनी एकदा ठरवल्यानंतर आता उगाचच इतका उशीर लावण्यात काही अर्थ नाही.लवकर उरकून घेऊ..."

समरचे वडील त्याला बोलतं करण्याचा प्रयत्न करत होते पण तो मात्र त्यांच्या इतक्या सगळ्या नुकत्याच विचारलेल्या प्रश्नांना काय उत्तर द्यावे, या विचारात सुन्न बसलेला होता. शेवटी त्याची आई देखील तेच सगळे प्रश्न त्याला पुन्हा विचारू लागली तेव्हा त्याने त्या दोघांना सांगितले,

"मला थोडा वेळ हवा आहे. श्वेताला आपल्या घरी बोलवण्यासाठी किंवा तिच्याशी प्रत्यक्ष भेट होण्यासाठी माझे तिच्याशी किमान बोलणे तरी होणे गरजेचे आहे जे गेल्या काही दिवसांपासून पूर्णपणे बंद आहे. श्वेताने अचानक न सांगताच माझा नंबर ब्लॉक करून टाकला आहे. मला फेसबुक आणि इतर सोशल मीडियावर देखील ब्लॉक केले आहे.

त्यामुळे तिच्याशी संपर्क साधणे मला शक्य झालेले नाही. गेले पंधरा दिवस मी फक्त तिने असे का केले असेल या विचारात आणि तिचा शोध घेण्यात गुंतलेलो आहे परंतु अजूनही हाती काही लागले नाही."
हे ऐकल्यानंतर समरच्या आई-वडिलांनाही त्याची काळजी वाटू लागली होती.
"तुम्ही शेवटचे कधी आणि कुठे भेटला होतात? त्या भेटीत तुमचे नेमके काय बोलणे झाले होते ते आम्हाला सांग पाहू म्हणजे जरा अंदाज लागेल..."
असे आई वडिलांनी विचारल्यावर समरने घाबरतच त्यांना सत्य परिस्थिती सांगितली...
"तुम्हाला वाटते तसे आम्ही दोघे वारंवार कधीच भेटलो नव्हतो.एकदा सगळ्या मित्रांबरोबर ट्रेकिंगला गेलो तेव्हा श्वेताची आणि माझी ओळख झाली. त्यानंतर एक-दोन वेळा ट्रेकच्या ठिकाणी आम्ही भेटलो. त्यानंतर मात्र गेले कित्येक महिने आम्ही दोघे एकमेकांशी फक्त सोशल मीडियावर फक्त आणि फक्त मेसेजच्या रूपाने बोलत होतो व त्यातून एकमेकांना जाणून घेत होतो.
एकमेकांशी चॅट करताना आम्हाला आम्ही दोघे लग्न करण्यास एकमेकांचे जोडीदार म्हणून एकमेकांसाठी अगदी योग्य आहोत असे वाटले म्हणून आम्ही लग्न करुन एकत्र होण्याचा विचार केला होता.
खरंतर हे लग्न इंटरकास्ट असणार होते त्यामुळे तिच्या घरून कदाचित
होकार मिळेल की नाही आणि तुम्ही देखील या लग्नाला तयार व्हाल का? अशी माझ्या मनात भीती होती. त्यामुळे सुरुवातीला मी या नात्याकडे केवळ एक मैत्री म्हणूनच पाहत होतो. परंतु श्वेतानेच पुढाकार घेऊन मला लग्नाबद्दल विचारले व तिच्या घरी इंटरकास्ट मॅरेजला संमती आहे असे सूचितही केले. त्यानंतरच मी तुम्हा दोघांना आमच्या विषयी सांगितले आणि तुमचा होकार आला म्हणून आपण साखरपुडा करण्याचं ठरवत होतो."
समरला नेमके काय म्हणायचे आहे हे समजण्यासाठी त्याला मधेच तोडत आई म्हणाली,

"अरे होतो काय ? अजुनही आपला तोच विचार आहे म्हणून तर आज तुझ्याजवळ विषय काढला आम्ही... "

त्यावर आपले म्हणणे पूर्ण करत समर सांगू लागला...

"मी खूप आनंदात ही गोष्ट तिला मेसेजवर सांगितली आणि कधी भेटायचे? हे विचारले होते पण त्यावर तिचा फक्त मेसेज आला. मेसेज मधे तिने लिहिले होते की,

"उद्या पहाटे दुसऱ्या वाटा दुज्या गावचा वारा...पण राजाला उशिरा कळली गूढ अटळ ही वाणी, अर्ध्यावरती डाव मोडला अधुरी एक कहाणी!!"

हे ऐकून समरच्या आई वडिलांनी एकदम एकमेकांकडे सूचक नजरेने पाहिले. समर अजूनही बोलतच होता...

"आणि त्यानंतर तिने माझा नंबर सगळीकडे ब्लॉक करून टाकला. तिच्या अश्या विचित्र उत्तराचा काय अर्थ आहे? हेही मी तिला विचारू शकलेलो नाही. आधी मला वाटले की ती थट्टा करत असेल.कदाचित घरी येऊन सरप्राईज देईल पण तसे काहीच झाले नाही. गेले कित्येक दिवस मी तिच्याशी संपर्क करण्याचा प्रयत्न करतोय.ज्या ट्रेकिंग ग्रुपमध्ये तिची आणि माझी भेट झाली होती त्यांच्याकडून मी तिच्या ऑफिसचा व घरचा पत्ता मिळवला आहे.

लवकरच तिला भेटण्याचा माझा विचार आहे कारण ती थट्टा जरी करत असेल तरी थट्टा इतकी ताणली जायला नको. अशी जीवघेणी मस्करी आमच्या लग्नानंतर जर तिने केली तर? मी काय करावे हे मला समजू शकणार नाही..."

नव्या पिढीतल्या स्वतःच्या मुलाला गाजलेल्या जुन्या मराठी भावगीताच्या ओळी माहिती नसल्या किंवा त्यांचा अर्थ लावता आला नसला तरी समरचे आई-वडील मात्र काय समजायचे ते समजून चुकले होते. त्याला धक्का बसू नये म्हणून त्यांनी त्याला धीर देत,

"तू श्वेताच्या ऑफिसला जाऊन ये. ती नक्कीच तुला भेटेल"असे वरवर जरी सांगितले असले तरी खोलवर मात्र कुठल्यातरी अनामिक भीतीने त्यांच्या मनात शंकेची पाल चूकचुकली होती. समरच्या वडिलांनी एका

परिचितांकडून समरला यातून बाहेर काढण्यासाठी माझी मदत घेण्याचे
ठरवले.

"अशा परिस्थितीत नेमका काय निर्णय घ्यावा? कुठल्या मार्गाने श्वेताच्या मनातील सत्य समरला कळू शकेल आणि सत्य समजल्यावरही तो त्यामधून कसा सावरू शकेल?"
यासाठी त्यांनी स्वत: माझ्याशी बोलणी केली व समरशी माझी भेट निश्चित केली.

"श्वेता कशी मुलगी आहे? तुला तिच्यामध्ये नेमके काय आवडले? तुम्ही किती वेळा भेटला होतात? आपसात आजवर काय काय बोलणे झाले आहे ?"

असे अनेक प्रश्न मी समरला विचारले व श्वेता आणि समर यांच्या नात्यांमध्ये किती ओलावा होता हे जाणण्याचा प्रयत्न केला. समरला या मानसिक धक्क्यातून बाहेर काढत त्याच्या मनाची तयारी करून घेतली गेली. जोपर्यंत एकदातरी तो श्वेताला प्रत्यक्षात भेटत नाही तोपर्यंत त्याच्या मनातून तिने असे का केले? या प्रश्नाचा ससेमिरा सुटणार नव्हता. त्यामुळे ठरल्याप्रमाणे श्वेताच्या ऑफिसमध्ये तिला गाठण्याच्या उद्देशाने समर पूर्ण तयारीनिशी गेला.
स्वतःच्या आई-वडिलांसह समरला ऑफिसमध्ये अचानक समोर पाहून, श्वेता चांगलीच गडबडली. तिला आणखी काही बहाणे बनवायला वेळ मिळाला नाही. नाईलाजाने तिला सत्य कबूल करावेच लागले...

"समर मला माफ कर! माझे तुझ्यावर कधीच प्रेम नव्हते. पण केवळ माझ्या आई-वडिलांना दाखवण्यासाठी मी तसे नाटक केले. खरेतर मला जो मुलगा आवडला आणि त्याला देखील मी पसंत होते, त्याच्याशी माझे लग्न करून द्यायला माझ्या घरच्यांचा नकार होता.
माझे वेगळ्या धर्मातल्या मुलाशी लग्न करणे त्यांना मंजूर नव्हते म्हणून मग मला हे खोटे नाटक करावे लागले.मला तू आवडतोस आणि मला तुझ्याशी लग्न करायचे आहे हे आई-वडिलांना आणि तुला देखील काही काळापुरते मला पटवून द्यावे लागले.
दरम्यानच्या काळात माझ्या सासरी मी जाऊन भेटून आले.माझ्या

सासरी आमच्या लग्नाला पूर्ण सहमती होती.ते माझा केव्हाही स्वीकार करायला तयार आहेत.

कालच आमचा निकाह झाला त्यामुळे आज संध्याकाळी घरी गेल्यावर मी आई-बाबांना हे सांगणारच होते.तुलाही थोड्याच दिवसात हे कळवण्याची माझी इच्छा होती.गेले काही दिवस आम्ही आमच्या लग्नाच्या तयारीसाठी सगळ्या गोष्टींची खूप जास्त गुप्तता ठेवली. इथे ऑफिसमध्ये देखील मी रजा घेतलेली असल्याने मला घरी मी मैत्रिणींसोबत ट्रीपला चालले आहे हे सांगून निघणे सहज शक्य झाले. तुझे सतत मेसेजेस येत होते आणि तू एकच गोष्ट विचारत होतास की माझ्या घरचे लग्नाला तयार आहेत, साखरपुडा कधी करूयात? त्यामुळे मी तुला गाण्याच्या सूचक ओळी मेसेजवर पाठवल्या आणि तुझा नंबर ब्लॉक केला."

इतका वेळ शांतपणे ऐकणाऱ्या समरला स्वतःवर व स्वतःच्या रागावर

नियंत्रण ठेवणे खूपच कठीण जात होते.

एकीकडे प्रेमभंगाने कोन्मळून पडलेल्या अवस्थेत त्याचे मन बेचैन झाले होते तर दुसरीकडे "मीच का? माझ्या बाबतीतच असे का घडले?" अशा विविध प्रश्नांनी त्याच्या डोक्यात थैमान घालायला सुरुवात केली होती. कसाबसा स्वतःला सावरत तो तिथून उठला ते पुन्हा मागे तिच्याकडे कधीच वळून न पाहण्यासाठी ! या एका घटनेने त्याच्या मनात प्रेमाबद्दल अनेक प्रश्न निर्माण केले होते. पुन्हा आयुष्यात कोणावर विश्वास ठेवावा की नाही? या संभ्रमात तो होता. माझ्याशी बोलताना तो स्वतःच्या रागाचे धुमारे बाहेर पडू देत होता

आणि त्यावर काही समाधानकारक उपाय आहे का? उत्तरं आहेत का? हे

समजून घेण्याचा प्रयत्न करत होता.

"आज कायदा मुलींच्या बाजूने असला म्हणून अशा पद्धतीने मुलांची फसवणूक केली जात असेल तर आमच्यासाठी देखील कायदा असावा असे नाही वाटत का मॅडम तुम्हाला? एखादी व्यक्ती नात्यांमध्ये भावनिकरित्या गुंतल्यानंतर त्यातून बाहेर पडण्यासाठी तिला किती

त्रास

होत असेल हे न समजण्याइतक्या आजच्या काळात मुली प्रॅक्टिकल झाल्या आहेत का? मला मान्य आहे अनेक ठिकाणी प्रेमभंगाचे दुःख मुलींच्या वाट्याला येत असेल, त्यांच्यासाठी मला सहानुभूतीही वाटते. पण माझ्यासारखी मुले जी प्रेम - लग्न याकडे एक सामाजिक बांधिलकी किंवा भावनिक गुंतागुंत म्हणून पाहतात, नेमकी त्यांच्याच वाट्याला अशी फसवणूक यावी का? यानंतर मी आयुष्यात पुन्हा एखाद्या मुलीवर डोळे झाकून कसा काय विश्वास ठेवू? लग्नाला कसा तयार होऊ? लग्न न करता आई-वडिलांच्या किंवा स्वतःच्या इच्छेला न जुमानणे जितके अवघड आहे तेवढेच अवघड आहे माझ्यासाठी आता डोळे झाकून कोणावर विश्वास ठेवणे.यातून बाहेर पडण्यासाठी मला तुमची मदत हवी आहे."

त्याला समजूत घेत मी त्याचाशी संवाद साधला...

"भावनिक गुंतागूंत ही जितकी चांगली तितकीच त्रासदायक असते समर.

विचार करून, ठरवून जसे आपण कुणावर प्रेम करू शकत नाही तसेच आपण प्रेमात आलेल्या एका वाईट अनुभवामुळे आपल्या पुर्ण आयुष्यातून प्रेम, विश्वास, नाती आपलेपणा या सगळ्या चांगल्या गोष्टींना दूर करू शकत नाही किंवा त्यांच्याकडे कायम साशंक नजरेने बघून चालत नाही हेही तितकेच खरे! हळूहळू तुला हे सगळे पटेल आणि तुला तुझ्या मनाजोगती आयुष्याची जोडीदार मिळेल याची मी खात्री देते.

तुझ्या मनाची खात्री होण्यासाठी तुझ्या होणाऱ्या जोडीदाराला आणि तुला आपण एकत्र भेटू,बोलू. तुमच्या दोघांमधली इमोशनल कंपॅटीबिलिटी चेक करू. मुळात तुम्ही दोघेही एकमेकांना आयुष्याचा जोडीदार म्हणून का निवडत आहात? या लग्नाकडून व तुमच्या नात्याकडून तुमच्या काय अपेक्षा आहेत? या सगळ्या गोष्टी आधी नीट समजून घेऊ, पडताळून पाहू आणि मगच पुढे जाऊ मग तर ठीक आहे

ना?"

काही दिवस माझ्या सोबत सेशन्स घेतल्यानंतर समरला पटले की त्याच्या सोबत जे झाले ते खूप वाईट झाले पण यापेक्षा वाईट घडू शकले असते ते थांबवता आले. ही गोष्ट समरला जास्त समाधानाची वाटली की श्वेताने कितीही चुकीच्या पद्धतीने त्याचा वापर केला असला तरी सरते शेवटी तिने तिची चूक कबूल केली. आणि त्याला या नात्यामध्ये एक पाऊल पुढे टाकून आणखीन मानसिक गुंतागुंत होण्यापासून वाचवले.

समरला मनोमन पटले आणि म्हणूनच तो रेवाला घेऊन माझ्याकडे भेटायला आला.

"आता मला जिच्याशी लग्न करावेसे वाटते ती ही रेवा. रेवा आणि मी तुमच्याकडे आमच्या लग्नाआधी आम्ही एकमेकांसाठी पूरक आहोत की नाही हे समजून घेण्यासाठी आलो आहोत. आम्हाला एकत्र येण्यासाठी काही गोष्टींची कमतरता असेल तर त्या आम्हाला कशा सुधारता येतील हे आजच आम्हाला समजून घ्यायला व त्या दिशेने प्रयत्न करायला आवडेल.

मी हिला माझ्या आणि श्वेताच्या नात्याबद्दलही सगळे सांगितले आहे. त्यातून तुम्ही मला मार्ग दाखवला हे ती जाणते त्यामुळे ती स्वतःहून तुम्हाला भेटायला उत्सुक होती."

समरने माझी व रेवाची ओळख करून दिली. एकमेकांबद्दलच्या सगळ्या चांगल्या वाईट गुणांना, सवयींना समजून घेऊन त्यांच्याशी जुळवून घेण्याची मानसिक तयारी दाखवत रेवा आणि समरने एका नव्या आनंदी आयुष्याची एकमेकांसोबत आयुष्याचा जोडीदार म्हणून सुरुवात केली.

"आयुष्यातल्या काही घटना, काही अपघात आपल्याला बरेच काही शिकवून जातात आणि त्यानंतरचे आपले आयुष्य सुकर बनवण्यासाठी उपयोगी पडतात"... यावर समरचा आता कायमचा विश्वास बसला.

14

"धुंदला" जाए जो मंजिले.....

"गेल्या वर्षभरात मी तुला वीकेंडला बाहेर फिरायला माझ्या मित्रांकडे नेतोय

तरी तुझी 'इथे माझे मन रमत नाही' ही सतत तक्रार असते सई ! मी देखील

वैतागलो आहे आता. आठवडाभर मी मोठ्या टीम सोबत काम करतो, तिथे

कोणालाच माझ्या बाबतीत काही इश्यू नाही पण घरी तुला मात्र मी तुझ्याशी

"कनेक्ट नाही"असे वाटत असेल तर तो कदाचित तुझ्या विचार करण्याचा दोष

आहे, माझा नाही.

सतत घरात एकटे राहण्याचा कंटाळा आला असेल तरी त्यासाठी इतका कांगावा

करायची आणि तुझ्या आई बाबांना सांगायची काय गरज होती तुला? ते येणार

आहेत का दादरहून अमेरिकेत तूझा एकटेपणा घालवायला? काल तर तू माझ्या

मम्मालाही सांगितलं ना, की मी तुला वेळ देत नाही!...सतत स्वतःच्याच विश्वात

असतो म्हणून? मला हे अजिबात आवडलेलं नाहीए...."

हे ऐकून तर अधिकच धीर सुटलेल्या सईला रडू आवरणे कठीण झाले.

ज्याच्यासाठी साता समुद्रापार आपण आपली मोठ्या फर्म मधली सी.ए. ची

नोकरी सोडून लग्नानंतर लगेचच अमेरिकेत आलो तो सागर आता खूप बदलला

आहे हे तिच्या लक्षात आलं होत तरी, ती नेटाने प्रयत्न करत होती जुळवून

घेण्याचा!

एकतर "नोकरी नसल्याने आपण कुणावर तरी अवलंबून आहोत"शिवाय दोघेच

भारताबाहेर आहोत त्यामूळे मानसिक आधारासाठी घरी देखील सांगायचे नाही

तर कुणाला आपल्या मनातल्या भावना बोलव्यात ?हे तिला समजेना. शेवटी

ज्याच्यावर अजुनही प्रेम आहे आणि हे नात टिकवण्याची इच्छा आहे त्या

सागरशीच एकदा आपणं आपल्या मनातले परत बोलावे असा विचार करुन सईने

सुरुवात केली.

"कबूल आहे सागर, नसेल आवडलं तुला, माझं माझ्या आई बाबा किंवा तुझ्या

मम्मीला मी आपल्या बद्दल काही सांगण कारण तू आजवर तुझे सगळे निर्णय

एकट्याने घेतले. त्यात तुला कधी कोणी अडवले नाही की रोखले नाही. त्यामूळे

    काही ठरवताना तुला ईतरांचा विचार घेणे, त्यांना सामावून घेणे हे सुचतच

नाही.

आपल्या घरच्यांनाही तू परक्यांप्रमाणे समजतो आणि काही शेअर करत नाही.

मी सुद्धा कोणाला काही शेअर करु नये असं तुला वाटतं. ते आपले पालक आहेत

त्यामूळे त्यांच्याशी तर मी हक्काने बोलणार ना? आणि मी त्यांच्याशी यातून मार्ग

काढण्यासाठी बोलले, तुझी तक्रार करायला नाही...."

स्वतंत्र विचाराच्या व प्रॅक्टिकल राहणे पसंत असलेल्या सागरला तिचे रडणे

आवडले नाही आणि तिच्या दू:खाचे नेमके कारणही समजले नाही. त्याच्या मते

आठवडाभर मी घरी नसलो तरी किंवा घरी आल्यावर हिच्याशी जुजबी बोललो

तरी भागले पाहिजे. त्याशिवाय एकमेकांना स्वत:ची स्पेस कशी मिळेल? त्याच हे

बोलणं ऐकल्यावर त्याच्या प्रश्नाला सईने उत्तर देणे गरजेचे होते, जे तिने दिले.....

"गेली वर्षभर मी हे सहन करतीय पण आता माझाही जीव गुदमरल्यासारखा

होतोय या नात्यात!

कधी शॉपिंगसाठी किंवा सहज बाहेर पडले तरी तू सोबत नसल्यावर मला कशात

रस वाटत नाही की घरातही खुप वेगवेगळ्या कामात, फोनवर किंवा टीव्ही

बघण्यात माझा वेळ जात नाही. खरं तर या सगळ्याचा वीट आलाय मला!

सर्वसामान्य मुलींप्रमाणे माझी आणि माझ्या घरच्यांची स्वप्न तुझ्याशी

धूमधडाक्यात माझे लग्न झाले त्यावेळी पुर्ण झाली असेच मलाही वाटत

होते. लग्न
जुळवताना आपल्या वीडियो कॉलवर झालेल्या गप्पा, ठरवलेल्या गोष्टी आणि

भारतात येवून लग्नानंतर मला अमेरिकेत घेवून आल्यावर मी तुझ्यासोबत

फिरण्याची, वेळ घालवण्याची पाहिलेली स्वप्न सुरुवातीच्या दीड दोन महिन्यातच संपली.

तुझ्या सुट्टीच्या दिवशी आपण काय करायचे, कुठल्या मित्रांना भेटायचे हे तुझे

प्लान ठरवूनच तू मला सांगतो. कधी विचारत नाहीस की, मला काय हवंय?

मला तू हवास...तुझा वेळ हवाय ! जो आपला वेळ असेल फक्त दोघांचा !!...."

सईचा हाही प्रयन्त यशस्वी होईल असे तिला चिन्ह दिसेना तेंव्हा तिने बोलणे

थांबवले आणि आत गेली. त्या दोघांचा आणखी एक वीकेंड भांडणात संपला.

    'धुंदला जाए जो मंजिले, एक पल को तू ठहर जरा...झुक जाये सर जहां...वही

मिलता हैं रब का रास्ता...तेरी किस्मत तू बदल दे...रख हिंमत, बस चलदे....'

रूम मधे आल्यावर तिने मन शांत करण्यासाठी लावलेल्या गाण्यांच्या ओळी तिला

खूप काही सुचवून गेल्या. सईने मोठ्या हिमतीने तिच्यासाठी "रब" बनून तिला

यातून बाहेर काढून तिचा सुखी संसार, प्रेम मिळवून देईल अशा आशेने भारतातील एका उत्तम "Marriage Coach" चा शोध घ्यायला सुरुवात केली.

जेणेकरून तिला तिची नेमकी मनोव्यथा समजून घेवून योग्य दिशा दाखवणारे

कोणी एक्सपर्ट सोबत मिळेल असे मनात आले.

सागरला कळू न देता तिने शोधाशोध सुरु केली आणि अमेरिकेत असल्याने

भारतात अशी मदत कोण करेल या गूगलवरील केलेल्या शोध मोहिमेत तिला

माझ्या वेबसाईटची लिंक सापडली.

"एकदा एखादी केस हाती घेतली आणि त्यात आपले प्राण ओतून काम केले की

आपल्याला सकारात्मक परिणाम मिळतातच फक्त त्यासाठी मदत करणारा आणि

घेणारा दोघे प्रयत्नशील असावेत.जे स्वतःची मदत करायला तयार आहेत आणि

त्यासाठी सुचवलेले करुन बघायला मनापासून प्रयन्त करणारे लोक असतील

अशाच लोकांसोबत मला काम करायला आवडते आणि मी त्यांना निश्चीत यश

मिळवून देते"

हा आत्मविश्वास आणि आपलेपणा जाणवल्याने सईने माझ्यासोबत तिचा

विचारांचा आणि नात्याचा झालेला गुंता सोडवून देण्याची विनंती केली.

मनापासून नातं टिकवायचे आहे या ध्येयाने प्रयत्न करत, अवघ्या "तीन

महिन्याच्या"कालावधीत सईने स्वतःच्या आयुष्यात परत नुसते प्रेमाचे रंगच

भरले नाहीत तर ते नातंही फुलवलं. मित्रांमधे आणि स्वतःच्या जगात खुश

असलेल्या सागरला तिने या नात्याला टिकवण्यासाठी पुढाकार घेवून जिंकले.

शेवटी नातं आणि खास करुन नवरा बायकोचे नातं हे एकमेकांवर भावनिक

दृष्ट्या अवलंबून असण्यात जास्त फुलत आणि काळजी सोबत प्रेम दाखवल्याने

खूलत जातं हे त्याला तिच्या कृतीतून पटलं.

आज आठ महिन्याच्या मुलाची आई असलेली सई वर्क फ्रॉम होम पर्याय निवडून

जॉबही करतेय आणि सागर सोबत तिच्या स्वप्नात थाटलेला संसारही !

15

नसतेस घरी तू जेंव्हा!

नसतेस घरी तू जेंव्हा, जीव तूटका तूटका होतो, जगण्याची विरती धागे; संसार फाटका होतो... नसतेस घरी तू जेंव्हा...

"मोहन, कसा आहेस तू ? किती दिवस झाले तू एकटा शांत बसून असतो.आम्ही गेले तीन-चार महिने तुझ्या दादाच्या घरी पुण्याला मूद्दामच जाऊन आलो. त्यानिमीताने त्याच्या नुकत्याच जन्मलेल्या लेकीसोबत वेळ घालवता यावा असा विचार होता.

आम्ही दोघेही नातीसोबत आमचा वेळ अगदी आनंदाने घालवत असताना तुम्हालाही दोघांना तुमच्या लग्नानंतर हवा तसा, एकमेकांसोबत तुमच्या मनाप्रमाणे वेळ घालवता यावा हा देखील त्यामागे ऊद्देश होता.

नवी सून गौरी डॉक्टर आणि तू सी.ए अशा करिअरमधे असल्यावर मग काय पाहता? तुमच्या करिअर पूढे तूम्हाला एकमेकांसोबत वेळ घालवावा हे सुचेल की नाही अशी शंका होती म्हणून एवढा हा खटाटोप जमवून आणला होता आम्ही आणि परत येवून बघतो तर काय गौरी तिच्या माहेरी गेलेली आणि तू हा असा शांत, अबोल-एकटा झालेला! सगळे काही नीट आहे ना तुमच्या दोघांत?"

मोहनचे आई वडील त्याच्याशी संवाद साधायचा प्रयत्न करत होते आणि तो मात्र हे एकच गाणे मोबाईलवर लूपमधे टाकून ऐकत होता.त्या दोघात नेमके काय झाले काही समजत नव्हते म्हणून ते एकदाचे नीट समजण्यासाठी मोहनचे आईवडील डोंबिवलीत गौरीच्या माहेरी गेले.

"गौरी, आता तुझ्या बाबांची तब्येत कशी आहे ? तुमच्या लग्नाआधीच त्यांना आलेल्या पॅरलिसीसच्या अटॅकमुळे तू स्वतः त्यांची काळजी घेत आहेस. तुझा सगळा जीव बाबांमधे अडकून पडला आहे हे आम्ही समजतो पण एकदा स्वतःकडे देखील तू थोडे लक्ष दे. तुझ्यामागे रात्रंदिवस हॉस्पिटलचे पेशंट आणि इथे घरी आल्यावर बाबांची काळजी व त्यांच्या साठी करावी लागणारी जागरणे या सगळ्यांमध्ये तुझी तब्येत खराब होईल. तुझे नुकतेच लग्न झाले आहे हे देखील तू विसरून गेली आहेस. तुझ्या आयुष्यात हे दिवस पुन्हा मिळणार नाहीत त्यामुळे आता आम्ही आलो आहोत तर काही दिवस तरी तू आमच्या सोबतच आपल्या घरी चल. मोहन अगदी एकटा पडला आहे तुझ्याविना आणि तुझी खुप आतुरतेने वाट पाहत आहे." मोहनच्या आई वडिलांनी डॉक्टर गौरीला समजावून सांगण्याचा प्रयत्न केला.एकीकडे तिला ही सगळी परिस्थिती समजत होती पण त्याच वेळी स्वतःच्या वडिलांना आजारी अवस्थेत सोडून सासरी निघून जाणे तिला खुप चुकीचे व अपराधीपणाचे वाटत होते. मोहनशी भेटावे, बोलावे

असे तिलाही वाटत होते त्यामुळे तिने त्याच्या आई-वडिलांसमोरच त्याला फोन केला.

"आय एम सॉरी मोहन ! गेल्या काही दिवसात मी घरी येऊ शकले नाही. फोनवरही आपण फार काही बोलू शकलो नाही. मला हॉस्पिटलमध्ये खूप जास्त वर्कलोड होता आणि घरी आल्यानंतर मी बाबांना कमी वेळ देते त्यामुळे त्यांच्यात सुधारणा नाही ह्या गोष्टीची कुठेतरी मनाला टोचणी लागून राहिली होती. आपण दोघे दादाकडे पुण्याला जाऊन वहिनीला आणि छोट्या परीला कधीभेटून यावे हेही ठरवणार होतो, पण गेली तीन चार महिने मी इथेच अडकून पडले आहे. तू मला समजून घेशील अशी माझी अपेक्षा आहे. आपण लवकरच भेटू..."

सुनेची म्हणजेच गौरीची अवस्था त्यावेळी परत एकदा समजून घेत मोहनचे आई वडील त्यांच्या स्वतःच्या घरी कल्याणला आले. मोहनचे गौरीशी बोलणे झालेले असल्यामुळे तो थोडा मोकळा झाल्यासारखा वाटत होता. त्याने कित्येक दिवसांनी त्याच्या आई वडिलांसोबत बसून वेळ घालवला, व्यवस्थित जेवण केले. त्याची ही बदललेली अवस्था देखील त्याच्या आई-वडिलांना एक दिलासा देऊन गेली.

काही काळ गौरीची वाट पाहून मोहनच्या वडिलांनी पुन्हा एकदा तिला कॉल केला,

"बेटा, आम्ही तुझ्याकडे येऊन गेल्यानंतर आणखीन दोन महिने उलटून गेले आहेत तरी तू परत आपल्या घरी आली नाहीस. इथे सासरी येण्याचं तू नाव देखील घेत नाहीस.वरवर पाहता तुझ्यात आणि मोहनमधे अधून मधून संभाषण होते. तुम्ही एकमेकांची काळजी घेता

हे दिसूनही येते. यावरून तुम्ही दोघे एकमेकांवर प्रेम करत आहात हे आम्हाला समजत असले तरी तुमच्या लग्नानंतर एकाच आठवड्यात तू माहेरी गेलीस आणि आता सहा-सात महिने झाले तरी परत येत नाहीस ह्या मागचे कारण उमगत नाही. त्यामुळे मग आमची काळजी वाढत चालली आहे."

गौरी सारे निमूटपणे ऐकून घेत होती. तिच्या मनात दोन्हीकडून अपराधीपणाची भावना वाढीला लागली होती. एक तर ती सासू-सासरे, नवरा मोहन ह्या सगळ्यांच्याच चांगुलपणाला योग्य प्रतिसाद देत नाहीये असे तिला मनातून समजत होते. त्याच बरोबर तिच्या वडिलांची काळजी घेणारं दुसरं कोणी नाही. अजून त्यांच्या तब्येतीत म्हणावी तशी सुधारणा नाही की त्यांना एकटे सोडेल, या दोन्ही गोष्टी तिला कुठलाच निर्णय घेऊ देत नव्हत्या.

"मी लवकरच येते असे मोहनच्या वडिलांना कबूल करून तिने तेंव्हा त्यांचा फोन ठेवला."

मित्र-मैत्रिणींच्या एका कॉमन ग्रुपमधे भेट झाल्यावर, मोहन व गौरी यांच्या भेटी घडत गेल्या. ओळख वाढल्यानंतर गौरी आणि मोहनने एकमेकांशी लग्न करण्याचा निर्णय घेतला होता. स्वतःच्या घरच्यांना

ही
गोष्ट सांगताच त्यांच्याकडून या लग्नाला त्यांना लगेचच होकार
मिळाला होता.

गौरीच्या वडिलांचे आजारपण सोडले तर सगळ्या गोष्टी अगदी
सुरळीत
पार पडल्या होत्या. पहिला आठवडाभर लग्नानंतरचे घरातले सगळे
विधी देखील व्यवस्थित झाले. त्यानंतरच आपण गौरी आणि मोहनला
एकत्र वेळ घालवता यावा म्हणून नातीला बघण्यासाठी गेलो. आपल्या
माघारी या दोघांमध्ये कशावरून वाद झाला की काही बिनसले जे हे दोघे
आपल्यापासून लपवत आहेत असे विचार वारंवार मनात यायला
लागल्याने मोहनच्या आईवडिलांनी मोहनला एका मॅरेज कोचला
भेटण्याचे सुचवले व त्याला माझ्याकडे पाठवले.
"मॅडम, गौरी बद्दल माझी तक्रार नाही किंवा तिच्या बद्दल मनात
कुठलाही आकस नाही तरी देखील आता मला या अनिश्चिततेचा त्रास
होतो आहे. तिच्या मनात नेमके काय चालले आहे किंवा तिला खरंच
सासरी यायचे आहे की नाही याबद्दल आता मलाही शंका येऊ लागली
आहे. तिच्या वडिलांची तब्येत ठीक नसली तरी सगळी जबाबदारी हिने
एकटीनेच स्वतःवर घेतलेली आहे.आम्ही दोघे एकाच शहरातले आहोत
त्यामुळे गौरी रोज माहेरी जाऊन देखील त्यांना भेटून येऊ शकते.
गौरीची आई आणि लहान बहीण यातली कुठलीही जबाबदारी घ्यायला
तयार नाहीत आणि गौरी देखील त्यांना ती सोपवायला तयार नाही.
लग्नानंतर आमचे देखील एक आयुष्य आहे, काही स्वप्न आहेत त्यांचे
पुढे काय भवितव्य आहे याची मला चिंता वाटते आहे. मला नेमका
काय निर्णय घ्यावा हे सुचत नाही. यातून बाहेर पडण्याचा काही मार्ग
असेल तर तो जाणून घेण्यासाठी मी तुमच्याकडे आलो आहे."
मोहनची सगळी मनस्थिती अगदी त्याच्या शब्दात ऐकल्यानंतर,
नेमकी
काय अडचण झाली असावी याचा कोचला अंदाज आल्यावर त्यांनी
मोहनला आश्वासन दिले.
"मोहन, आणखी काही दिवस आपण या सगळ्या गोष्टींना नीट

करण्यासाठी प्रयत्न करू. तोवर तू गौरीला एकदातरी मला भेटायला आणू शकलास तर आपले काम सोपे होईल. मला तिची बाजू समजता येईल."

मोहन आणि गौरी या दोघांबद्दल शक्य तितकी बरीचशी माहिती मोहनशी दोन चार वेळा भेटून मी घेऊन ठेवली. मोहनची ईच्छा काय आहे हेही त्याने बोलून दाखवले होते त्यामुळे गौरी जेव्हा त्यांना भेटायला आली, तेव्हा तिच्याशी संवाद साधने मला सोपे गेले. गौरीला तिच्या मानसिक अपराधीपणयाच्या भावनेतून बाहेर पडायला मी

मदत केली. अनेक गोष्टी समजावल्यावर गौरीला उपाय पटले.

"मी मोहन व आई बाबांकडे पुर्ण दुर्लक्ष केले यासाठी आधीच माफी मागितली आहे.आजपासून चोवीस तास बाबांची काळजी घेण्यासाठी मी नर्सची व्यवस्था केली आहे. सगळ्यात महत्वाचे म्हणजे माझ्या आईला व बहिणीला मी त्यांची जबाबदारी नुसती समजावलीच नाही तर ती दिली देखील आहे.

एक डॉक्टर म्हणून व मोठी लेक म्हणून मी नेहमीच घरात जबाबदारीने वागले. इतरांच्याही अनेक जबाबदाऱ्या मी माझ्यावर नेहमीच घेत राहिले. ही सगळी माझी माणसे असली तरी मला माझे आयुष्य आहे ह्याचा मला इतक्या वर्षात विसर पडला होता.

त्यात मी लग्नांनंतर माझी काळजी करणारे, प्रेमाने मला समजून घेत वाट पाहणारी नविन माणसे आहेत हे देखील समजत असून मी रस्ता काढू शकत नव्हते.आता हे सगळे सुरळीत झाले ते तूम्हा सगळ्यांमुळे!"

दोघांपैकी एका जोडीदाराने वाट पाहिली आणि समजून घेतले तरी संसार टिकतो. कधी कधी त्यातील एखादा जोडीदार निस्वार्थीपणे आयुष्यात स्वत:चा विचार न करता नेहमी सुखाचा त्याग करत असेल तर त्या व्यक्तीला देखील आयुष्याचे सुंदर रंग जोडीदारामूळे पाहता येतात. जीवन आनंदाने जगण्याचे समाधान लाभते.